한글만 알면

베트남어 첫걸음

한국외국어대학교 베트남어과 **전혜경** 교수 지음

문예림

한글만 알면 꿍먹고 알먹는

베트남어 첫걸음

초판 1쇄 인쇄 2018년 2월 5일
초판 1쇄 발행 2018년 2월 14일

지은이 전혜경
펴낸이 서덕일
펴낸곳 문예림

출판등록 1962. 7. 12 (제406-1962-1호)
주소 경기도 파주시 회동길 366 (10881)
전화 (02)499-1281~2   팩스 (02)499-1283
전자우편 info@moonyelim.com
홈페이지 www.moonyelim.com

ISBN 978-89-7482-890-5 (13730)
값 14,000원

서 문

저는 오랫동안 학생들에게 베트남어를 가르쳐 오면서 이해와 암기가 쉽고 간단명료하면서 베트남 현지 실생활에 곧바로 응용할 수 있는 필수적인 회화교재의 필요성을 많이 느껴왔습니다. 그래서 한국외대 베트남어과에서 2년 동안 교수로 재직하면서 학생들을 가르친 바 있고, 또 베트남 현지에서 한국인들을 가르친 경험이 풍부해서 한국인들이 베트남어를 배울 때 범하기 쉬운 오류를 잘 알고 있는 호찌밍 외국어정보대학교 TRAN VAN TIENG 교수와 공저하여 '베트남어회화' (문예림)를 이미 출간하였습니다. 이 교재를 수년 동안 베트남어과 학생들에게 언어실습 교재로 사용해 본 결과 쉽게 베트남어를 익히고 곧바로 활용할 수 있는 장점을 확인할 수 있었습니다.

그래서 이번에는 베트남어를 처음 시작하는 학습자들이 혼자서도 베트남어를 익힐 수 있도록 하기 위하여 각 베트남어 단어 밑에 한글로 발음을 달아 '꿩먹고 알먹는 베트남어 첫걸음'을 출판하게 되었습니다. 아무쪼록 이 교재를 통하여 베트남어 실용회화를 쉽고 재미있게 익히기를 희망합니다.

끝으로 이 교재의 출판에 도움을 주신 문예림 출판사에 감사드리고, 여러 번 교정을 보아준 한국외대 대학원 동남 · 남아시아어문학과 김주영 학생에게 고마움을 표하고 싶습니다.

한국외국어대학교 베트남어과

전 혜 경

HỘI THOẠI

부 록

베트남어 문자와 발음

베트남어는 아래 39개 문자가 있다.

번 호	문 자	명 칭	발 음
1	A a	a	a(아)
2	Ă ă	á	á(아)
3	Â â	ớ	ớ(어)
4	B b	bê	bờ(버)
5	C c	xê	cờ(꺼)
6	Ch ch	xê hát	chờ(쩌)
7	D d	dê	dờ(저)
8	Đ đ	đê	đờ(더)
9	E e	e	e(에)
10	Ê ê	ê	ê(에)
11	G g	giê	gờ(거)
12	Gi gi	giê i	giờ(저)
13	Ghi ghi	giê hát i	gờ(거)
14	H h	hát	hờ (허)
15	I i	i ngắn	i(이)
16	K k	ca	cờ(꺼)
17	Kh kh	ca hát	khờ(커)
18	L l	e-lờ	lờ(러)
19	M m	e-mờ	mờ(머)
20	N n	e-nờ	nờ(너)
21	Ng ng	e-nờ giê	ngờ(응어)
22	Ngh ngh	e-nờ giê hát	ngờ(응어)

번 호	문 자		명 칭	발 음
23	Nh	nh	e-nờ hát	nhờ(녀)
24	O	o	o	o(오)
25	Ô	ô	ô	ô(오)
26	Ơ	ơ	ơ	ơ(어)
27	P	p	pê	pờ(뻐)
28	Ph	ph	pê hát	phờ(퍼)
29	Q	q	cu/quy	cờ(꺼)
30	R	r	e-rờ	rờ(저)
31	S	s	ét-sì	sờ(서)
32	T	t	tê	tờ(떠)
33	Th	th	tê hát	thờ(터)
34	Tr	tr	tê e-rờ	trờ(쩌)
35	U	u	u	u(우)
36	Ư	ư	ư	ư(으)
37	V	v	vê	vờ(버)
38	X	x	ích-xì	xờ(써)
39	Y	y	i dài	i(이)

베트남어 발음연습

Part Ⅰ : 베트남어 자음과 모음

Ⅰ. 베트남어 모음체계

1. 단모음

대문자 : I, Ê, E, Ư, Ơ, A, Ă, Â, U, Ô, O

소문자 : *i, ê, e, ư, ơ, a, ă, â, u, ô, o*

(각 단모음들은 입술의 모양과 혀의 높낮이에 따라 구별된다)

(1)		(2) Trước 전	(3) Sau 후	
			Không tròn môi 둥글지 않은 입술 모양	Tròn môi 둥근 입술 모양
Cao	(고)	i	ư	u
Trung bình	(중)	ê	ơ/â	ô
Thấp	(저)	e	a/ă	o

2. 이중모음 iê, ươ uô

2.1. iê [ie]

2.1.1. 자음으로 끝날 때 "iê"가 쓰인다.

예 : biết (알다), tiếng Việt (베트남어)…
비엣　　　　 띠엥　비엣

2.1.2. 자음으로 끝나지 않을 때 ia가 쓰인다. : 이 때 "a"는 [어]로 발음

예 : mía (사탕수수), chia (나누다) ….
미어　　　　 찌어

2.1.3. "u"가 "ie" 앞에 위치하여 끝자음과 함께 쓰이면 uye+ 끝자음의 형태로 쓰인다

예 : thuyền (보트), tuyên bố (선포하다)….
투이엔　　　　 뚜이엔　보

2.2. ươ uo

2.2.1. 자음으로 끝날 때 "ươ"가 쓰인다.

예 : mượn (빌리다), được (되다)… .
　　　므언　　　　　　드억

2.2.2. 자음으로 끝나지 않을 때 ưa가 쓰인다 : 이 때 "a"는 [어]로 발음

예 : mưa (비오다), lửa (불)… .
　　　므어　　　　　르어

2.3. uô

2.3.1. 자음으로 끝날 때 uô가 쓰인다.

예 : muốn (바라다), buồn (슬프다)… .
　　　무온　　　　　부온

2.3.2. 자음으로 끝나지 않을 때 "ua"가 쓰인다 : 이 때 "a"는 [어]로 발음

예 : mua (사다), của (~의)… .
　　　무어　　　　꾸어

Ⅱ. 첫 자음

b	m	ph	v
th	t	d	n
x	d	gi	l
tr	s	r	ch
nh	c/ k / q	ng / ngh	kh
g / gh	h		

Ⅲ. 끝자음

a) 유성음 : -m, -n, -nh, -ng.

예 : làm (하다), bạn (친구), mạnh (건강하다), đúng (맞다)
　　　람　　　　반　　　　마잉　　　　　　　둥

b) 무성음 : -p, -t, -ch, -c.

예 : mập (살찌다), hát (노래부르다), sách (책), hoa cúc (국화)
　　　멥　　　　　핫　　　　　　　사익　　　　호아　꾹

c) 반모음 : u / o, i / y.

예 : số sáu (6), tại sao (왜), số hai (2), (쉼표) hay quá (너무 재미있다)
　　　소　사우　　따이 사오　　소 하이　　　　　하이　꽈

Ⅳ. 성조

베트남어에는 다음과 같은 6개의 성조가 있다.

		Bằng (*plain*) 평	Trắc (*uneven*) 측	
Cao	고	Dấu ngang	dấu ngã	dấu sắc
Thấp	저	dấu huyền	dấu hỏi	dấu nặng

1. Dấu ngang (không dấu) 표시 없음 : 약간 높은 음에서 시작하여 평평하게 발음
저우   응앙   콩   저우

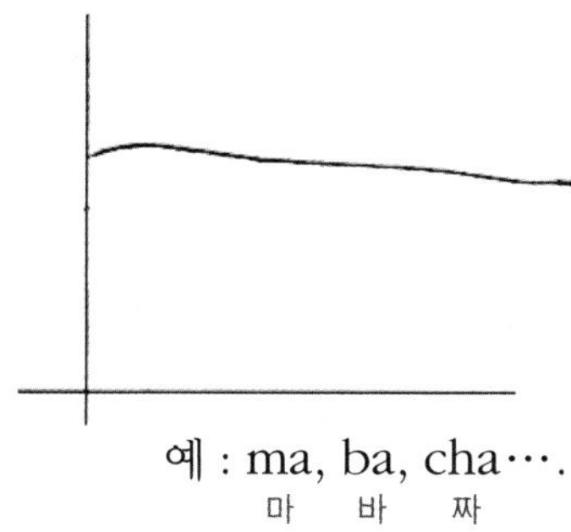

예 : ma, ba, cha….
마 바 짜

2. Dấu huyền (ˋ) : 아래로 길게 내림.
저우   후이엔

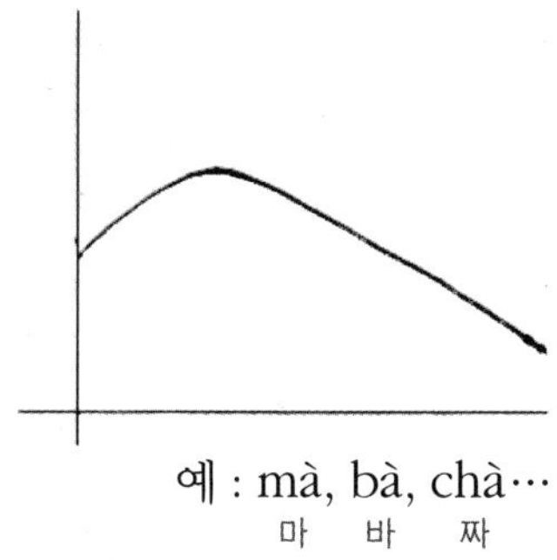

예 : mà, bà, chà…
마 바 짜

3. Dấu ngã (~) : 약간 높은 음에서 시작하여 급격히 하강시켰다가 다시 급격히 상승시킨다.
저우   응아

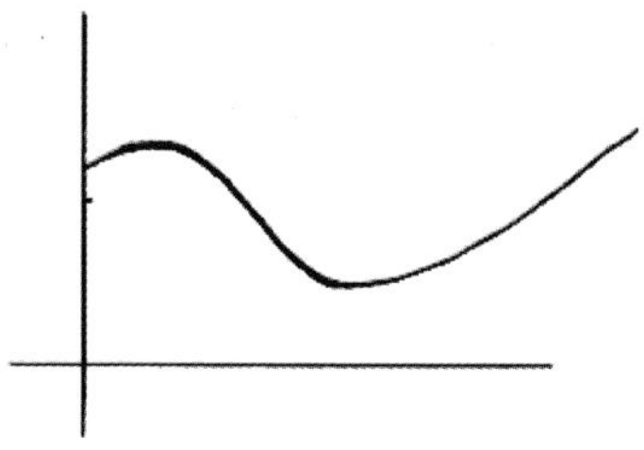

예 : mã, gã, lã…
마 가 라

4. Dấu hỏi (̉) : 약간 높은 음에서 시작하여 아래로 내린후 다시 약간 올린다.
저우 호이

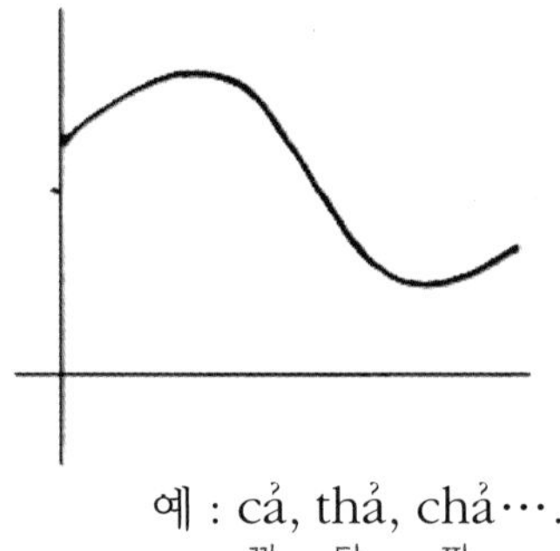

예 : cả, thả, chả⋯.
까 타 짜

5. Dấu sắc (́) : 처음에 평평하게 발음하다가 점점 음을 올리며 발음한다.
저우 삭

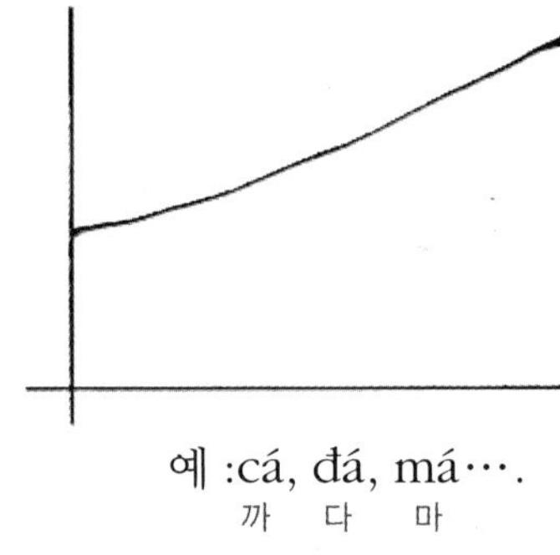

예 :cá, đá, má⋯.
까 다 마

6. Dấu nặng (•) : 아래로 내려 끊는듯이 발음한다.
저우 낭

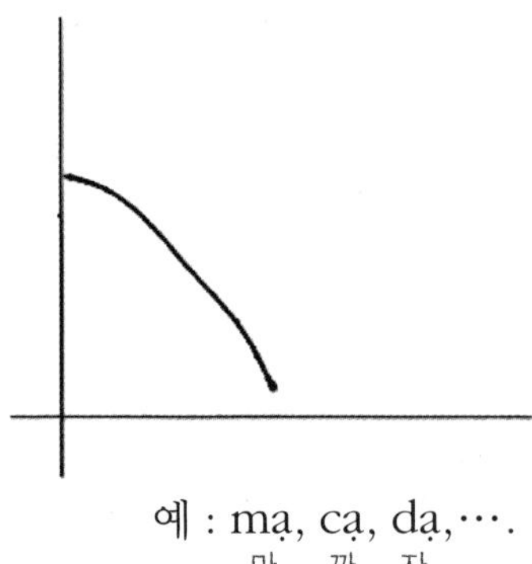

예 : mạ, cạ, dạ,⋯.
마 까 자

Part Ⅱ : 발음연습 🎧

Bài 1 :

> 1. 모음 : i, ê, e
> 2. 첫자음 : b-, đ-, m-, n-
> 3. 성조연습 : không dấu, dấu sắc.
> 4. 끝자음 :-m, -n

1. 따라 읽으시오.

i	bi	đi	mi	ni
ê	bê	đê	mê	nê
e	be	đe	me	ne

2. 읽기 연습 (không dấu)

bi	đi	mi	ni
bê	đê	mê	nê
be	đe	me	ne

3. 읽기 연습 (Dấu sắc)

Bí	đí	mí	ní
bế	đế	mế	nế
bé	đé	mé	né

4. 끝 자음 m, n이 붙은 모음 읽기

im	êm	em
in	ên	en

5. 읽기 연습 (không dấu)

bim	bêm	bem
bin	bên	ben
đim	đêm	đem
đin	đên	đen
mim	mêm	mem
min	mên	men
nim	nêm	nem
nin	nên	nen

6. không dấu의 단어를 dấu sắc 으로 읽으시오.

đên ⇨

mem ⇨

Bên   ⇨

đêm   ⇨

bem   ⇨

nen   ⇨

ben   ⇨

Bài 2 :

> 1. 모음 : ư, ơ, â, a, ă
> 2. 첫자음 : v-, t-, l-, h-
> 3. 성조연습 : *dấu huyền, dấu hỏi.*
> 4. 끝자음 : -ng, -nh.

1. 따라 읽으시오.

ư	bư	đư	mư	nư
ơ	bơ	đơ	mơ	nơ
a	ba	đa	ma	na

−첫자음 : v-, t-, l-, h-와 결합

ư	vư	tư	lư	Hư
ơ	vơ	tơ	lơ	hơ
a	va	ta	la	ha

2. (dấu huyền 읽기연습)

ừ	vừ	từ	lừ	hừ
ờ	vờ	tờ	lờ	hờ
à	và	tà	là	hà

3. (dấu hỏi 읽기연습)

ử	vử	tử	lử	hử
ở	vở	tở	lở	hở
ả	vả	tả	lả	hả

4. (끝자음 -ng연습)

	Ưng	Vưng	tưng	lưng	hưng
(뜻 없음) :	Ơng	Vơng	tơng	lơng	hơng
	Ang	Vang	tang	lang	hang

5. (끝자음 -nh 읽기 연습)

(뜻 없음) :	Ưnh	vưnh	tưnh	lưnh	hưnh
(뜻 없음) :	Ơnh	vơnh	tơnh	lơnh	hơnh

Anh   vanh   tanh   lanh   hanh

6. (dấu huyền 읽기 연습)

ừng   vừng   Từng   Long   hừng

àng   vàng   tàng   Làng   hàng

ành   vành   tành   Lành   hành

7. (dấu hỏi 읽기 연습)

ửng(뜻 없음)   tửng   lửng   hửng

ảng(뜻 없음)   tảng   lảng(뜻 없음)

ảnh   vảnh(뜻 없음)   lảnh(뜻 없음)

8. 단모음 â와 ă

âm   ân   âng

ăm   ăn   ăng

vâm   tâm   lâm   hâm

văm   tăm   lăm   hăm

bấm   đấm   mấm   nấm

bắm   đắm   mắm   nắm

베트남어에는 "ânh", "ănh" 이 없음.

tần   lần   bẩn   vẩn

tằn   lằn   lẩn   lằn

Bài 3 :

1. 모음 : u, ô, o

2. 첫자음 : c-(k-/ qu-), ph-, th-, d-(gi-)

3. 성조연습 : *dấu ngã, dấu nặng.*

4. 끝자음 : -p, -t, -ch, -c.

---

1. u, ô, o와 결합한 첫자음 v-, t-, l-, h- : dấu ngã

U   vu   tu   lu   hu   vũ   tũ   lũ   hũ

ô   vô   tô   lô   hô   vỗ   tỗ   lỗ   hỗ

O   vo   to   lo   ho   võ   tõ   lõ   hõ

2. u, ô, o와 결합한 첫자음 v-, t-, l-, h- : dấu nặng

u   vụ   tụ   lụ   hụ

ô   vộ   tộ   lộ   hộ

o   vọ   tọ   lọ   họ

3. 자음 c, k, q

k: ki kê ke   kí   kế   ké   kì   kề   kẻ
    kĩ kị

c: ca cư cơ   cân căn cu   cô   co
    cá cứ cớ   cấn cắn cú   cố   có
    cà cừ cờ   cần cằn cù   cồ   cò
    cả cử cở   cẩn cẳn củ   cổ   cỏ
        cữ cỡ   cũ   cỗ
    cạ cự cợ   cận cặn cũ   cộ   cọ

q: qui quê que   quân quăn quo quơ
    quí quế qué   quấn quắn quo quơ
    quì quề què   quần quằn   quở

4. 자음 ph-, th- d- (gi-) :

ph: phi phê phe   phí phế phé   phì phề phè
     phỉ phể phẻ   phị phệ phẹ
     phu phô pho   phụ phộ phọ
th: thi thê the   thí thế thé   thì thề thè
     thỉ thể thẻ   thu thô tho   thủ thổ thỏ

d: di dê   de   dư   dơ   da   dan   dân   dăn
gi: gi   gie   giư giơ gia   gian giân giăn
     dì dề   dè   dừ   dờ   dà   dàn   dần   dằn
     gì   giè   giừ giờ già   giàn giần già

5. 끝자음 -p, -t, -ch, -c

    íp ếp ep   ứp   óp   ấp   áp   ắp
    up ốp óp   ịp   ệp   ẹp   ựp   ợp

    ít ết ét   ứt   ót   ất   át   ắt
    út ốt ót   ịt   ọt   ật   ạt   ặt

    ích ếch   ach
    ịch ệch   ạch

    íc   éc   ức   ấc   ác   ắc
         ẹc   ực   ậc   ạc   ặc

6. 발음연습

mập (= béo)	hát	phụ nữ	nhân dân
quyển sách	sạch sẽ	học tập	tóc
đẹp	mất	mát	mắt
cáp	cắp	cấp	
sáp	sắp	sấp	
láp	lắp	lấp	
hét	hết	méc	hếch
mét	chết		mếch
chét	lết		chếch
lét			lếch

Bài 4 :
1. 이중모음 : iê (yê-, -ia), ươ (-ưa), uô (-ua)
2. 첫자음 : tr-, nh-, kh-, g-(gh-)
3. 끝모음 : u/ o, i/y

1. 이중모음 : -iê-, (u) yê-, ia

iê:	kiên	viên	liên	biên	
	kiêm	viêm	liêm	biêm	
	kiếng	viếng	liếng	biếng	
	kiệt	việt	liệt	biệt	
(u)yê:	tuyên	tuyến	tuyền	tuyển	
	luyên	luyến	luyện		
	huyên	huyến	huyền	huyễn	
	thuyên	thuyền			
	duyên				
ia:	tia	lia	hia	thia	mia
	tía	lía	hía	thía	hía

2. 연습

선생님이 성조없이 발음하면, 학생들은 각각의 성조를 붙여 발음하시오.

Giáo viên(선생님)　　Sinh viên(학생)

tia	tìa	tịa	tỉa
lia	....	....	....
hia	....	....	....

thia ....

mia ....

nia ....

3. 이중모음 ươ -và -ưa

ươ:	cương	phương	thương	dương
	cường	phường	thường	dường
	lươm	tươm	nươm	hươm
	lướt	tướt	nướt	hướt
ưa:	cưa	phưa	thưa	dưa
	lứa	phứa	thứa	dứa

4. 연습

선생님이 성조없이 발음하면, 학생들은 각각의 성조를 붙여 발음하시오.

Giáo viên(선생님)   Sinh viên(학생)

cưa	cừa	cựa	cửa
phưa	....	....	....
thưa	....	....	....
dưa	....	....	....
mưa	....	....	....

5. 이중모음 -uô-, -ua-

uô:	muôn	muốn	muỗng	
	nuông	nuống	thuỗng	
	cuông	cuống		cuồng
ua:	cua	cúa		húa
	lua	lúa	lùa	hùa

6. Luyện tập :

선생님이 성조없이 발음하면, 학생들은 각각의 성조를 붙여 발음하시오.

Giáo viên(선생님)   Sinh viên(학생)

mua	mùa	mụa	mũa
thua	....	....	....
tua	....	....	....
dua	....	....	....

7. 자음 tr-, nh-, kh-, g-(gh-) :

tr:	tra	tri	trê	tre
	trá	trí	trế	tré

	trà	trì	trề	trẻ
nh:	nha	nhi	nhê	nhe
	nhá	nhí	nhế	nhé
	nhà	nhì	nhề	nhè
kh:	kha	khi	khê	khe
	khá	khí	khế	khé
	khà	khì	khề	khè
g:	ga	gư	gơ	gu
	gá	gứ	gớ	gú
	gà	gừ	gờ	gù
gh:		ghi	ghê	ghe
		ghí	ghế	ghé
		ghì	ghề	ghè

8. 끝모음 -u/o và -i/y

-u:	lau	hau	mau	nhau
	láu	háu	máu	nháu
-o:	lao	hao	mao	nhao
	láo	háo	máo	nháo
-i:	lai	hai	mai	nhai
	lái	hái	mái	nhái
-y:	lay	hay	may	thay
	láy	háy	máy	

9. 읽기연습

lải	lãi	mải	mãi
lại	lài	mài	mày
thảy	hãy	dải	thầy
bảy	nải	gảy	thấy
lạo	nhạo	cạo	mạo
tao	tào	hạo	hảo
cháu	chào	chảo	chào anh
chào thầy			

Bài 5   :
> 1. 활음 /-w-/ (-u-và -o-)
> 2. 첫자음 ng-(ngh-), r-, ch-

1. 활음 /-w-/ : (자음과 모음사이에 위치하며, 입술을 둥글게 발음한다. 표기할 때에는 "u" 와 "o"로 쓴다.)

Không có âm đệm		Có âm đệm	Không có âm đệm		Có âm đệm
ta	→	toa	la	→	loa
da	→	doa	ly	→	luy
ha	→	hoa	thê	→	thuê
tân	→	tuân	thả	→	thoả

(주의)

(모음 "y", "ê", "ơ", "â" 앞에서는 "u"를 쓴다.)

예:　　tuy　　thuê　　huơ　　tuân

　　　　luy　　huế　　thuơ　　luận

(모음 "e", "a", "ă" 앞에서는 "o"를 쓴다.)

예:　　khỏe　　hoa　　hoặc

　　　　loe　　khoa　　ngoặc

2. (읽기연습)

thúy	huỷ	quí	khuy
thuế	huề	quê	khuê
thuơ	huơ	quơ	
thuần	huấn	quận	khuân
toe	loa	khoắn	

3. (자음 ng-(ngh-), r-, ch-)

ng:	nga	ngu	ngư	ngơ
	ngân	ngo	ngon	ngày
	ngăn	ngành	nguồn	ngoa
ngh:	nghi	nghê	nghe	nghiêng
	nghiỉ	nghề	nghè	nghiện
r:	ri	rê	re	riêng
	rứ	rơ	rần	rương
ch:	cha	chăn	chơn	chân

	chi	chê	che	chiên
	chư	chu	chô	cho

4. (읽기연습)

ngủ ngon	nghe ngóng	ngủ nghê	ngơ ngẩn
nghiệt ngã	ngơ nghệch	ngỡ ngàng	nghi ngơ
rả rích	róc rách	rẻ rúng	riêng rẽ
rác rưới	rì rầm	rầu rĩ	rộng rãi
chữ	chách	chẳng	chẩn
chào	chan chát	che chắn	chứa chan

5. (ch-와 tr- 구별)

cha	tra	chân	trân
chi	tri	che	tre
chư	trư	chô	trô
chách	trách	chào	trào

6. (읽기연습)

chính trị	châm trà	cá tra	con chó
chị ơi	trong nhà	chân trái	chơ đơi
điều chỉnh	hán chê	chuẩn bị	trách nhiệm

Bài 6 :

> 1. 첫자음 x-, s-
> 2. 복합성조
> 3. 어조

1. ("x-" 읽기연습)

xi	xê	xe	xiên
xư	xơ	xăn	xuân
xu	xô	xo	xuống

2. ("s-" 읽기연습)

si	sê	se	siên
sư	sơ	săn	sân
su	sô	so	

3. ("x-" và "s-" 구별)

xin	sin	xáo	sáo
xâm	sâm	xáng	sáng

xót   sót   xốc   sốc

4. (읽기연습)

     xa xăm   xoay xở   xúm xít   xin xoi

     số sáu   sàm sỡ   sống sương   sáng sua

     xe đạp   xe hơi   phía sau   tại sao

5. (2가지 성조 읽기)

5.1. Dấu ngang (không dấu) 과 다른 성조들

                예:

    *–Không dấu*와 *không dấu* :   em trai   đi chơi   quê hương

    *–Không dấu*와 *dấu huyền* :   đi về   bao giờ   năm người

    *–Không dấu*와 *dấu hỏi* :   tư tưởng   vui vẻ   công sở

    *–Không dấu*와 *dấu ngã* :   xin lỗi   khiêu vũ   chiêu đãi

    *–Không dấu*와 *dấu sắc* :   con cá   văn hoá   cao cấp

    *–Không dấu*와 *dấu nặng* :   quan hệ   siêu thị   bưu điện

5.2. Dấu huyền와 다른 성조들

                예:

    –Dấu huyền với không dấu :   người ta   bình dân   cà phê

    –Dấu huyền với dấu huyền :   đồng hồ   nhà hàng   hoàn thành

    –Dấu huyền với dấu hỏi :   điều khiển   đầy đủ   tình cảm

    –Dấu huyền với dấu ngã :   đồng nghĩa   liều lĩnh   bình tĩnh

    –Dấu huyền với dấu sắc :   bài hát   thành phố   Hàn Quốc

    –Dấu huyền với dấu nặng :   đề nghị   tài trợ   trường học

5.3. Dấu hỏi와 다른 성조들

                예:

    *–Dấu hỏi*와 *không dấu* :   khả năng   buổi trưa   điểm tâm

    *–Dấu hỏi*와 *dấu huyền* :   chuỉ nhà   buổi chiều   phở bò

    *–Dấu hỏi*와 *dấu hỏi* :   bảo đảm   thỉnh thoảng   hủy bỏ

    *–Dấu hỏi*와 *dấu ngã* :   hiểu rõ   triển lãm   sưa chữa

    *–Dấu hỏi*와 *dấu sắc* :   bảo chứng   tổng thống   cảm xúc

    *–Dấu hỏi*와 *dấu nặng* :   cảm động   chuẩn bị   tiểu học

5.4. Dấu ngã와 다른 성조들

                예:

    *–Dấu ngã*와 *không dấu* :   diễn viên   ngã ba   nữ sinh

    *–Dấu ngã*와 *dấu huyền* :   sẵn sàng   rõ ràng   giữ gìn

*–Dấu ngã*와 *dấu hỏi* :   dũng cảm   chỗ ở   dễ hiểu

*–Dấu ngã*와 *dấu ngã* :   kỹ lưỡng   bỡ ngỡ   mãi mãi

*–Dấu ngã*와 *dấu sắc* :   miễn phí   ngữ pháp   lỗ vốn

*–Dấu ngã*와 *dấu nặng* :   xã hội   kỹ thuật   ngữ điệu

5.5. Dấu sắc와 다른 성조들

예:

*–Dấu sắc*와 *không dấu* :   trái cây   phóng viên   giáo sư

*–Dấu sắc*와 *dấu huyền* :   nước dừa   áo quần   tiếng Hàn

*–Dấu sắc*와 *dấu hỏi* :   sức khỏe   kết quả   chính phủ

*–Dấu sắc*와 *dấu ngã* :   bác sĩ   hấp dẫn   thiếu nữ

*–Dấu sắc*와 *dấu sắc* :   áo mới   thế giới   chú ý

*–Dấu sắc*와 *dấu nặng* :   chính trị   tiếng việt   ví dụ

5.6. Dấu nặng와 다른 성조들

예:

*–Dấu nặng*와 *không dấu* :   bệnh nhân   tự do   cạnh tranh

*–Dấu nặng*와 *dấu huyền* :   động từ   phụ từ   thực hành

*–Dấu nặng*와 *dấu hỏi* :   lịch sử   mạnh khỏe   đại biểu

*–Dấu nặng*와 *dấu ngã* :   phụ nữ   ngoại ngữ   rộng rãi

*–Dấu nặng*와 *dấu sắc* :   hệ thống   ngoại quốc   động tác

*–Dấu nặng*와 *dấu nặng* :   bệnh viện   điện thoại   độc lập

6. 2개 이상의 성조 읽기

–Mua xe hơi   –Ăn cơm trưa   –Tôi ăn cơm

–Nhà này dài   –Đài truyền hình   –Làm bình thường

–Tuyển thủ giỏi   –Hủy bỏ cả   –Hỏi lảm nhảm

–Đã bỡ ngỡ   –Ngẫm nghĩ mãi   –Mỗi mẫu mã

–Ký túc xá   –Có áo mới   –Nó thích sách

–Bệnh viện rộng   –Sự hoạt động   –Thật thuận tiện

7. 어조 연습

7.1. 한 단어에 không dấu가 있는 문장구조

–Tôi mua xe hơi.

–Cô Thu đi đâu?

7.2. 한 단어에 dấu huyền이 있는 문장 구조

–Tôi về nhà.

–Chào anh, anh tên là gì?

7.3. 한 단어에 dấu hỏi가 있는 문장구조
      –Tôi không hiểu.
      – Anh bao nhiêu tuổi?

7.4. 한 단어에 dấu ngã가 있는 문장구조
      –Tiếng Việt rất dễ.
      –Ai đi học trễ?

7.5. 한 단어에 dấu sắc이 있는 문장구조
      –Bạn tôi là y tá.
      –Tại sao cô ấy không đến?

7.6. 한 단어에 dấu nặng이 있는 문장구조
      –Tôi học tiếng Việt.
      –Ai bị bệnh?

1

XIN CHÀO!
안녕하세요!

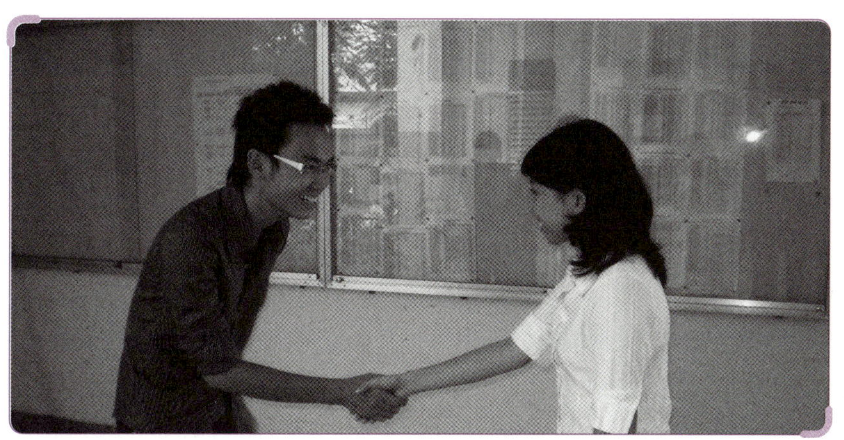

Anh Park : Chào cô!
아잉 빡 짜오 꼬

Cô Lan : Chào anh!
꼬 란 짜오 아잉

Anh Park : Cô có khỏe không?
아잉 빡 꼬 꼬 쾌 콩

Cô Lan : Cám ơn anh, tôi khỏe.
꼬 란 깜 언 아잉, 또이 쾌

Anh Kim : Xin chào thầy!
아잉 낌 씬 짜오 터이

Thầy Nam : Chào em!
터이 남 짜오 엠

Anh Kim : Thầy có khỏe không ạ?
아잉 낌 터이 꼬 쾌 콩 아

Thầy Nam : Cám ơn em, tôi khỏe. Còn em, em có khỏe không?
터이 남 깜 언 엠, 또이 쾌. 꼰 엠 엠 꼬 쾌 콩

Anh Kim : Cám ơn thầy, em cũng khỏe.
아잉 낌 깜 언 터이, 엠 꿍 쾌

Cô Lan : Chào Linh!
꼬 란　　짜오　링

Cô Linh : Chào Lan!
꼬 링　　짜오 란

Cô Lan : Linh (có) khỏe không?
꼬 란　　링　(꼬)　쾌　콩

Cô Linh : Cám ơn, tôi bình thường. Lan thế nào?
꼬 링　　깜 언,　또이 빙　트엉　란 테 나오

Cô Lan : Tôi cũng bình thường.
꼬 란　　또이 꿍　빙　트엉

Anh Park : Chào cô, hẹn gặp lại
아잉 빡　　짜오 꼬,　헨 갑 라이

Cô Lan : Chào anh, hẹn gặp lại.
꼬 란　　짜오 아잉,　헨 갑 라이

박 : 안녕하십니까.
란 : 안녕하십니까.
박 : 건강하십니까?
란 : 고맙습니다. 나는 건강합니다

김　　　　 : 안녕하십니까, 선생님!
남 선생님 : 안녕!
김　　　　 : 선생님은 건강하십니까?
남 선생님 : 고맙다. 나는 건강하다. 그럼 너는, 년 건강하니?
김　　　　 : 감사합니다. 저도 건강해요.

란 : 안녕, 링 양!
링 : 안녕, 란 양!
란 : 링 건강하니?
링 : 고마워, 나는 그저그래. 란은 어때?
란 : 나도 역시 그저그래.

박 : 안녕히 가세요. 또 만납시다.
란 : 안녕히 가세요. 또 만납시다.

단어 익히기

- chào (gặp nhau)
  짜오 (갑 냐우) 안녕하세요(서로 만날 때)

- chào (= tạm biệt)
  짜오 (= 땀 비엣) 안녕히 가세요(헤어질 때)

- Thầy
  터이 선생님

- Khỏe
  쾌 건강하다

- cám ơn
  깜 언 감사합니다

- ạ
  아 높임말

- Còn
  꼰 아직

- bình thường
  빙 트엉 평상시

- cũng
  꿍 역시

- thế nào
  테 나오 어때요

- hẹn gặp lại
  헨 갑 라이 다시 만나자

문법 설명

1. "chào", "Xin chào" : (짜오, 씬 짜오)

시간에 관계없이 만날 때나 헤어질 때 사용한다

"Xin chào"는 격식을 차릴 때 사용한다.

베트남사람은 Chào의 뒤에 "anh", "Chị", "Cô", "thầy"나 이름을 붙여 말

한다.

예문

    -Chào anh!   -Chào thầy!
     짜오 아잉   짜오 터이

    -Chào chị!   -Chào Lan!
     짜오 찌   짜오 란

    -Chào Cô!
     짜오 꼬

2. Anh, chị, cô, thầy, em : (아잉, 찌, 꼬, 터이, 엠)

이인칭 상대를 칭할 때 사용한다.
-Anh　 : 말하는 사람과 같은 나이이거나 약간 윗사람의 남성을 부를 때.
-Chị　 : 같은 나이나 약간 위의 여성을 부를 때
-Cô　　 : 젊은 여성이나 여선생님을 부를 때
-thầy　 : 남선생님을 부를 때
-Em　　 : 선생님들이 학생을 부를 때, 자신보다 나이가 어린 사람을 부를 때.

예문

    a) -*Anh* có khỏe không?
        아잉 꼬 쾌   콩

       -Cám ơn tôi khỏe. Còn *chị*?
        깜 언 또이 쾌   꼰 찌

    b) -Chào *em*. Hẹn gặp lại!
        짜오 엠   헨 갑 라이

       -Chào *thầy*. Hẹn gặp lại!
        짜오 터이   헨 갑 라이

※ "anh", "chị", "cô", "thầy", "em" 뒤에 이름을 붙여 부르기도 한다.

예문

    -*Anh Park* có khỏe không?
     아잉 빡 꼬 쾌   콩
    (박 선생 건강하십니까?)
    -Cám ơn, tôi khỏe. Còn *chị Lan*?
     깜 언 또이 쾌   꼰 찌 란
    (감사합니다, 저는 건강합니다. 그럼 란은 어떻습니까?)

3. ······*thế nào?* : (······테 나오?)

상태나, 성격 및 사물의 특징을 묻는 의문사

예문

문 Cô Lan *thế nào?*   (란 양은 어떻습니까?)
   꼬 란 테 나오

답 Tôi *khỏe.*   (나는 건강합니다.)
   또이 쾌

문 Anh Park *thế nào?*   (박 군은 어떻습니까?)
   아잉 빡 테 나오

답 Tôi *bình thường.*   (나는 그저 그렇습니다.)
   또이 빙 트엉

3단계

연습 문제

1. 빈칸을 채우시오.

a) Thầy Nam　：Chào ___________

  Anh Park　：Chào ___________! Thầy có ___________ không?

  Thầy Nam　：Cám ơn ___________. thầy khỏe.

               Còn ___________?

  Anh Park　：Cám ơn ___________. Em cũng khỏe.

b) Cô Lan　：Chào ___________! Anh có khỏe không?

  Anh Kim　：___________, anh khỏe. Còn ___________?

  Cô Lan　：___________, em khỏe.

  Anh Kim　：Chào ___________, hẹn gặp lại!

  Cô Lan　：Chào ___________, hẹn ___________!

2. 다음 빈칸에 알맞는 의문문을 만드시오.

A) ___________________?

B) Cám ơn, tôi khỏe.

C) ___________________?

D) Cám ơn, tôi bình thường.

E) _________________________?

F) Tôi không khỏe.

표현 따라하기 

BÀI ĐỌC

Xin chào. Tôi là Park. Tôi là người Hàn Quốc. Tôi là sinh viên.
씬 짜오 또이 라 빡 또이 라 응어이 한 꾸옥 또이 라 씽 비엔

Tôi mới đến Việt Nam. Đây là anh Kim. Anh Kim cũng là người
또이 머이 덴 비엣 남 더이 라 아잉 낌 아잉 낌 꿍 라 응어이

Hàn Quốc. Anh Kim cũng là sinh viên.
한 꾸옥 아잉 낌 꿍 라 씽 비엔

Anh Kim cũng mới đến Việt Nam. Cô Lan có khỏe không?
아잉 낌 꿍 머이 덴 비엣 남 꼬 란 꼬 쾌 콩

안녕하십니까. 저는 박 입니다. 저는 한국사람입니다. 저는 학생입니다. 저는 방금 베트남에 왔습니다. 이분은 김군입니다. 김군 역시 한국사람입니다. 김군 역시 학생입니다. 김군 역시 막 베트남에 왔습니다. 란 선생님 건강하십니까?

• là 라	~이다.	• mới 머이	방금, 막
• người 응어이	사람	• đến 덴	오다
• sinh viên 싱 비엔	대학생		

2

GIỚI THIỆU
소 개

Anh Park : Xin chào. Tôi tên là Park.
아잉 빡 씬 짜오 또이 뗀 라 빡

Cô Lan : Em tên là Lan. Anh Park có khỏe không?
꼬 란 엠 뗀 라 란 아잉 빡 꼬 쾌 콩

Anh Park : Cám ơn, tôi khỏe. Còn cô?
아잉 빡 깜 언 또이 쾌 꼰 꼬

Cô Lan : Cám ơn. Em cũng khỏe.
꼬 란 깜 언 엠 꿍 쾌

       Anh Park là sinh viên phải không?
아잉 빡 라 싱 비엔 파이 콩

Anh Park : Dạ phải. Tôi là sinh viên.
아잉 빡 자 파이 또이 라 싱 비엔

Thầy Nam : Chào em. Tôi là Nam. Tôi là giáo viên.
터이 남 짜오 엠 또이 라 남 또이 라 자오 비엔

Anh Kim : Xin chào thầy. Em là sinh viên.
아잉 낌 씬 짜오 터이 엠 라 싱 비엔

Thầy Nam : Em có khỏe không?
터이 남 엠 꼬 쾌 콩

Anh Kim : Dạ, cám ơn thầy. Em khỏe.
아잉 낌 자 깜 언 터이 엠 쾌

Thầy Nam : Em là người Trung Quốc phải không?
터이 남 엠 라 응어이 쭝 꾸옥 파이 콩

Anh Kim : Dạ không phải. Em là người Hàn Quốc.
아잉 낌 자 콩 파이 엠 라 응어이 한 꾸옥

Anh Lê : Chào Lan.
아잉 레 짜오 란

Cô Lan : Chào anh.
꼬 란 짜오 아잉

Anh Lê : Xin giới thiệu: đây là anh Park.
아잉 레 씬 저이 티에우 더이 라 아잉 빡

Cô Lan : Chào anh Park.
꼬 란 짜오 아잉 빡

Anh Park : Chào cô. Hân hạnh được gặp cô. Xin lỗi, cô tên là gì?
아잉 빡 짜오 꼬 헌 하잉 드억 갑 꼬 씬 로이 꼬 뗀 라 지

Cô Lan : Dạ, em tên là Lan. Anh Park là người Hàn Quốc phải không?
꼬 란 자 엠 뗀 라 란 아잉 빡 라 응어이 한 꾸옥 파이 콩

Anh Park : Dạ phải.
아잉 빡 자 파이

Mr.박 : 안녕하십니까? 제 이름은 박입니다.
Ms.란 : 제 이름은 란입니다. 박군은 건강하십니까?
Mr.박 : 감사합니다, 전 잘 지냅니다. 당신은 어떻습니까?
Ms.란 : 감사합니다, 저도 잘 지냅니다. 박군은 학생 맞습니까?
Mr.박 : 네, 맞습니다. 저는 학생입니다.

남선생 : 안녕? 나는 남이라고 해. 나는 선생님이야.
Mr.김 : 선생님 안녕하십니까. 저는 학생입니다.
남선생 : 잘 지내지?
Mr.김 : 네, 감사합니다. 저는 잘 지냅니다.
남선생 : 너는 중국사람이지?
Mr.김 : 아닙니다. 저는 한국사람입니다

Mr.레 : 란, 안녕하십니까?
Ms.란 : 안녕하십니까?
Mr.레 : 소개하겠습니다. 여긴 박군입니다.
Ms.란 : 안녕하십니까? 박군.
Mr.박 : 안녕하십니까. 당신을 만나게 돼서 반갑습니다. 실례지만, 이름이 어떻게
         되십니까?
Ms.란 : 네, 제이름은 란입니다. 박군은 한국사람 맞습니까?
Mr.박 : 네, 맞습니다.

단어 익히기

- **giới thiệu**
  저이 티에우

  소개하다

- **giáo viên**
  자오 비엔

  교사

- **Trung Quốc**
  쭝 꾸옥

  중국

- **Hàn Quốc**
  한 꾸옥

  한국

- **dạ**
  자

  네, 예

- **không phải**
  콩 파이

  ~아니다. (부정)

- **xin giới thiệu**
  씬 저이 티에우

  소개하겠습니다.

- **đây là….**
  더이 라

  이분은….

- **hân hạnh được gặp….**
  헌 하잉 드억 갑

  만나서 반갑습니다.

- **xin lỗi**
  씬 로이

  실례합니다.

문법 설명

1. Là(라)

주어와 서술어 사이의 관계를 나타낼 때 쓰인다.

a) 긍정문 :

예문

Anh Park *là* sinh viên.
아잉 빡 라 싱 비엔

(박군은 학생이다.)

Đây là cô Lan.   (여기는 란양이다.)
더이 라 꼬 란

b) 부정문 :

Anh Park *không phải là* sinh viên.   (박군은 학생이 아닙니다.)
아잉 빡 콩 파이라 싱 비엔

Đây *không phải là* cô Lan.   (여기는 란양이 아닙니다.)
더이 콩 파이라 꼬 란

c) 의문문 :

문 Anh Park là sinh viên *phải không?*
아잉 빡 라 싱 비엔 파이 콩
(박군은 학생 맞습니까?)

답 Dạ, *phải.* (Anh Park *là* sinh viên)
자 파이 (아잉 빡 라 싱 비엔)
(네 맞습니다.) (박군은 학생입니다.)

Dạ, *không phải.* (Anh Park *không phải là* sinh viên)
자 콩 파이 (아잉 빡 콩 파이라 싱 비엔)
(아닙니다.) (박군은 학생이 아닙니다.)

문 Đây là cô Lan *phải không?*
더이 라 꼬 란 파이 콩
(이분은 란양 맞습니까?)

답 Dạ, *phải.* (Đây là cô Lan)
자 파이 (더이 라 꼬 란)
(네 맞습니다.) (이분은 란양입니다.)

Dạ, *không phải.* (Đây *không phải là* cô Lan)
자 콩 파이 (더이 콩 파이라 꼬 란)
(아닙니다.) (이분은 란양이 아닙니다.)

2. "Tôi", "Em" : (또이, 엠)

화자가 자신을 지칭할 때 쓰인다
　-"*Tôi*" : 가장 일반적으로 사용되며, 동등한 관계에서, 혹은 선생님이 학생들
　　　　앞에서 말할 때 쓰인다.

– *"Em"* : 학생이 선생님 앞에서 말할 때 쓰이며, 화자가 나이가 더 어릴 때 주
로 사용한다

3. Đây là········/ Kia là········ : (더이 라······./ 끼어 라······.)

"Đây"는 사람 혹은 화자와 가까이 있는 물건을 가리킬 때 쓰인다. "Kia"는 사
람 혹은 화자와 조금 떨어져 있는 사물을 가리킬 때 쓰인다.

문 Đây là *ai?*
더이 라 아이

(이분은 누구입니까?)

답 Đây là *cô Lan.*
더이 라 꼬 란

(이분은 란양입니다.)

문 Kia là *ai?*
끼어 라 아이

(저분은 누구입니까?)

답 Kia là *anh Kim.*
끼어 라 아잉 낌

(저분은 김군입니다.)

문 Đây là *cái gì?*
더이 라 까이 지

(이것은 무엇입니까?)

답 Đây là *tờ báo.*
더이 라 떠 바오

(이것은 신문입니다.)

문 Kia là *cái gì?*
끼어 라 까이 지

(저것은 무엇입니까?)

답 Kia là *quyển sách.*
끼어 라 꾸이엔 사익

(저것은 책입니다.)

3 단계

연습 문제

1. 다음 문장을 완성하시오.

a) Anh Park ____?

－Dạ phải. Anh Park là sinh viên.

b) Cô Lan ____?

－Dạ phải. Cô Lan là người Việt Nam.

c) Đây là ____?

－Dạ phải. Đây là tờ báo.

d) Anh Lê ____?

    – Dạ không phải. Anh Lê không phải là giáo viên.

    Anh Lê là ____________________________________.

e) Kia là ____?

    – Dạ không phải. Kia không phải là anh Kim.

    Kia là ______________________________________.

2. 다음 문장들을 부정문으로 고치시오.

a) Cô Lan là người Việt Nam.

    – ____

b) Anh Kim là sinh viên.

    – ____

c) Cô Kim là giáo viên.

    – ____

d) Đây là máy vi tính.

    – ____

e) Chị Linh là phóng viên.

    – ____

3. 'tôi' 또는 'em'을 채워넣으시오.

a) Thầy giáo : Chào ________!

    Sinh viên : Chào thầy. Thầy có khỏe không ạ?

    Thầy giáo : Cám ơn, ________ khỏe. Còn ________?

    Sinh viên : Dạ, cám ơn thầy, ________ khỏe.

b) (Anh Lee 30 tuổi, cô Lan 23 tuổi)

    Anh Lee : Em tên gì?

    Cô Lan   : ________ tên là Lan. Còn anh?

    Anh Lee : ________ tên là Lee.

표현 배우기 

BÀI ĐỌC

Tôi là Nam. Tôi là người Việt Nam. Tôi không phải là phóng viên.
또이 라 남. 또이 라 응어이 비엣 남 또이 콩 파이 라 퐁 비엔

Tôi là sinh viên. Tôi học tiếng Anh. Đây là anh Kim. Còn kia là anh
또이 라 싱 비엔 또이 혹 띠엥 아잉 더이 라 아잉 낌 꼰 끼어 라 아잉

Park. Anh Kim và anh Park mới đến việt Nam. Anh Kim và anh
빡 아잉 낌 바 아잉 빡 머이 덴 비엣 남 아잉 낌 바 아잉

Park học tiếng Việt. Anh Park muốn học tiếng Nhật. Anh Kim
빡 혹 띠엥 비엣 아잉 빡 무온 혹 띠엥 녓 아잉 낌

không muốn học tiếng Nhật. Còn bạn?
콩 무온 혹 띠엥 녓 꼰 반

저는 남입니다. 저는 베트남사람입니다. 저는 기자가 아닙니다. 저는 학생입니다. 저는 영어를 공부합니다. 여기는 김군입니다. 그리고 저기는 박군입니다. 김군과 박군은 베트남에 온지 얼마 안됐습니다. 김군과 박군은 베트남어를 공부합니다. 박군은 일본어 공부하기를 원합니다. 김군은 일본어 공부하기를 원하지 않습니다. 여러분은 어떻습니까?

• tiếng Anh 띠엥 아잉	영어	• không 콩	~아니다 (부정)
• và 바	그리고, ~와	• bạn 반	친구, 동료
• tiếng Việt 띠엥 비엣	베트남어	("anh", "chị" "cô"와 마찬가지로 화자와 청자의 나이가 비슷할 때 친밀함을 나타내며 사용됨)	
• tiếng Nhật 띠엥 녓	일어		
• muốn 무온	~원하다		

3

TÔI HỌC TIẾNG VIỆT.
저는 베트남어를 배웁니다.

Cô Lan : Chào anh. Anh là sinh viên Hàn Quốc phải không?
꼬 란: 짜오 아잉 아잉 라 싱 비엔 한 꾸옥 파이 콩

Anh Kim : Dạ phải. Tôi học tiếng Việt.
아잉 낌: 자 파이 또이 혹 띠엥 비엣

Cô Lan : Còn đây là ai?
꼬 란: 꼰 더이 라 아이

Anh Kim : Xin giới thiệu: đây là anh Hong Yeon Ho.
아잉 낌: 씬 저이 티에우: 더이 라 아잉 홍 연 호

Anh ấy không học tiếng Việt.
아잉 어이 콩 혹 띠엥 비엣

Cô Lan : Còn kia là ai?
꼬 란: 꼰 끼어 라 아이

Anh Kim : Kia là cô Kim.
아잉 낌: 끼어 라 꼬 낌

Cô Lan : Cô ấy có học tiếng Việt không?
꼬 란 : 꼬 어이꼬 혹 띠엥 비엣 콩

Anh Kim : Dạ có, cô ấy học tiếng Việt.
아잉 낌 : 자 꼬, 꼬 어이 혹 띠엥 비엣

Cô Lan : Anh học gì?
꼬 란 : 아잉 혹 지

Anh Park : Tôi học tiếng Việt.
아잉 빡 : 또이 혹 띠엥 비엣

Cô Lan : Tiếng Việt thế nào?
꼬 란 : 띠엥 비엣 테 나오

Anh Park : Tiếng Việt rất thú vị.
아잉 빡 : 띠엥 비엣 젓 투 비

Cô Lan : Anh có học tiếng Nhật không?
꼬 란 : 아잉 꼬 혹 띠엥 녓 콩

Anh Park : Dạ không. Tôi không học tiếng Nhật.
아잉 빡 : 자 콩 또이 콩 혹 띠엥 녓

란 : 안녕하십니까. 당신은 한국 학생이 맞습니까?
김 : 네 맞습니다. 저는 베트남어를 공부합니다.
란 : 그런데 이분은 누구십니까?
김 : 소개드립니다. 이분은 홍연호군입니다. 이분은 베트남어 공부를 안합니다.
란 : 그럼 저분은 누구입니까?
김 : 저분은 김양입니다.
란 : 저분도 베트남어를 공부합니까?
김 : 네, 그분은 베트남어를 공부합니다.

란 : 당신은 무엇을 공부합니까?
박 : 저는 베트남어를 공부합니다.
란 : 베트남어는 어떻습니까?
박 : 베트남어는 매우 흥미롭습니다.
란 : 당신은 일본어를 배우십니까?
박 : 아니오. 저는 일본어를 배우지 않습니다.

단어 익히기

• học 혹	공부하다
• anh ấy 아잉 어이	그분 (3인칭 남자)
• cô ấy 꼬 어이	그녀 (3인칭 여자)
• gì 지	무엇 (의문사)
• rất 젓	매우
• thú vị 투 비	재미있다
• tiếng Nhật 띠엥 녓	일본어

문법 설명

1. 베트남어의 단문 구조

Chủ ngữ (주어) – Động từ (동사) – Danh từ làm tân ngữ

(목적어 : 명사)

예문

주 어	동 사	(명 사)
Tôi 또이	học 혹	tiếng Việt 띠엥 비엣
Anh Kim 아잉 낌	xem 쎔	ti vi 티 비
Cô Lan 꼬 란	đọc 독	sách 사익

2. "*Gì*" (지) 목적어를 물을 때 사용되는 의문사

예문

a) Anh học *gì*?
아잉 혹 지

— Tôi học *tiếng Việt*.
또이 혹 띠엥 비엣

b) Anh Kim xem gì?
아잉 낌 쎔 지

— Anh Kim xem *ti vi*.
아잉 낌 쎔 띠비

c) Cô Lan đọc gì?
꼬 란 독 지

— Cô Lan đọc *sách*.
꼬 란 독 사익

3. 주어 + có + 동사 + … không?의 의문문

예문

—Anh *có* học tiếng Việt *không*?
아잉 꼬 혹 띠엥 비엣 콩

—Anh Kim có xem ti vi *không*?
아잉 낌 꼬 쎔 띠비 콩

—Cô Lan có đọc sách *không*?
꼬 란 꼬 독 사익 콩

답

—*Dạ có* (Dạ vâng). (Tôi học tiếng Việt) (khẳng định)
자 꼬 (자 벙). (또이 혹 띠엥 비엣) (캉 딩)

—*Dạ không*. (Tôi *không* học tiếng Việt) (phủ định)
자 콩 (또이 콩 혹 띠엥 비엣) (푸 딩)

3 단계

연 습 문 제

1. 아래의 단어를 찾아 뜻을 쓰시오.

<u>동 사</u>

—uống :

—ăn :

—chơi :

—biết :

<u>명 사</u>

—cơm :

—mẹ :

—ba (cha) :

—thư :

−nghe :   −cà phê :
−viết :   −máy vi tính :
−sử dụng :   −bóng bàn :
                         −nhạc :
                         −tiếng Nga :

2. 위의 단어들을 사용하여 다음 질문에 답하시오.

   a) Anh Kim uống gì?   _______________________________

   b) Mẹ viết gì?   _______________________________

   c) Bà ăn gì?   _______________________________

   d) Cô Lan sử dụng gì?   _______________________________

   e) Anh Park chơi gì?   _______________________________

   f) Chị Hà biết gì?   _______________________________

   g) Cô Lee nghe gì?   _______________________________

3. 의문문을 만드시오.

   a) ____?
      −Dạ có (Dạ vâng), anh Kim biết tiếng Việt.

   b) ____?
      −Dạ không, tôi không uống cà phê.

   c) ____?
      −Dạ có (Dạ vâng), cô Lan học tiếng Anh.

   d) ____?
      −Dạ phải, tôi là người Hàn Quốc.

   e) ____?
      −Dạ không phải, đây là cô Kim.

   f) ____?
      −Dạ không, mẹ không viết thư.

4. 맞는 문장에 (✓)표, 틀린 문장에 (○)를 표시하고, 틀린 문장을 알맞게
   고치시오.

   – Tôi đọc báo   (✓)
   – Tôi ăn thư   (○) → Tôi ăn cơm

   a) Tôi uống máy vi tính.   (   )
   b) Bà đọc thư.   (   )
   c) Thầy giáo xem cà phê.   (   )
   d) Anh Park học tiếng Việt.   (   )
   e) Tôi biết nhạc.   (   )
   f) Cô Hà chơi sách.   (   )
   g) Mẹ viết bóng bàn.   (   )

4단계

표현 배우기

BÀI ĐỌC

Tôi mới đến Việt Nam. Tôi học tiếng Việt. Tôi sống ở ký túc xá. Tôi
또이 머이 덴 비엣 남 또이 혹 띠엥 비엣 또이 송 어 끼 뚝 싸 또이

sống ở phòng số 2. Phòng của tôi rất đẹp. Phòng của tôi có một ti
송 어 퐁 소 하이 퐁 꾸어 또이 젓 뎁 퐁 꾸어 또이 꼬 못 티

vi, một điện thoại, một máy lạnh. Tôi có một máy vi tính, một xe
비 못 디엔 토아이 못 마이 라잉 또이 꼬 못 마이 비 띵 못 쎄

đạp. Bạn của tôi là anh Kim Doo Hyun. Anh ấy không có xe đạp.
답 반 꾸어 또이 라 아잉 낌 두 현 아잉 어이 콩 꼬 쎄 답

나는 막 베트남에 도착했습니다. 나는 베트남어를 공부합니다. 나는 기숙사에서
살고 있습니다. 나는 2호실에서 살고 있습니다. 나의 방은 매우 아름답습니다. 내
방에는 텔레비전이 한 대, 전화 한 대, 냉장고가 한 대 있습니다. 나는 컴퓨터 한
대, 자전거 한 대를 가지고 있습니다. 내 친구는 김 두 현 입니다. 그는 자전거를
가지고 있지 않습니다.

단어			
• sống 송	살다	• đẹp 뎁	아름답다
• ở 어	~에서	• có 꼬	~있다
• ký túc xá 끼 뚝 싸	기숙사	• điện thoại 디엔 토아이	전화
• phòng 퐁	방	• máy lạnh 마이 라잉	에어컨
• số 2 (= hai) 소 (=하이)	2호	• xe đạp 쎄 답	자전거
• 1 (= một) (=못)	하나	• bạn 반	친구
• của 꾸어	~의 (소유격)	• không có 콩 꼬	~없다
• phòng của tôi 나의 방 퐁 꾸어 또이			

ⸯⸯⸯⸯⸯⸯⸯⸯⸯⸯⸯⸯⸯⸯⸯⸯⸯⸯⸯⸯⸯⸯⸯⸯⸯ

☞ 속담 한마디

Cái nết đánh chết cái đẹp.
까이 넷 다잉 쩻 까이 뎁
좋은 품행은 아름다운 외모를 이긴다.

4

SỐNG Ở ĐÂU?

어디 사십니까?

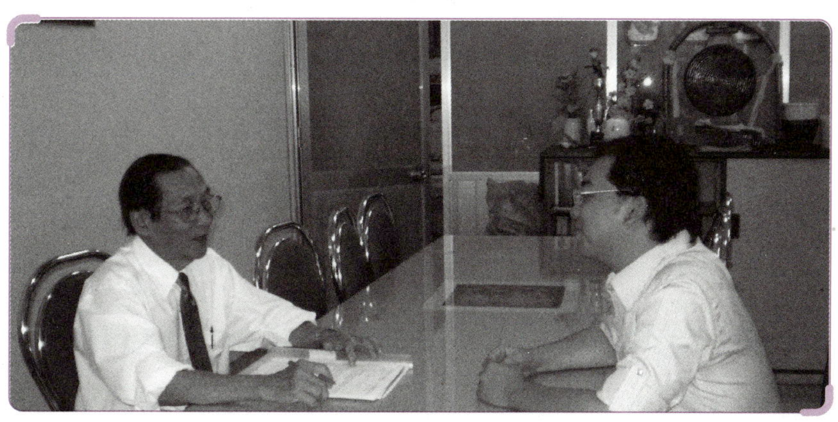

Anh Kim : Xin lỗi, thầy là thầy Nam phải không ạ?
아잉 낌 씬 로이, 터이 라 터이 남 파이 콩 아

Thầy Nam : Phải (vâng), em cần gì?
터이 남 파이 (벙) 엠 껀 지

Anh Kim : Dạ, em muốn học tiếng Việt.
아잉 낌 자, 엠 무온 혹 띠엥 비엣

Thầy Nam : Em sống ở đâu?
터이 남 엠 송 어 더우

Anh Kim : Dạ, em sống ở ký túc xá. Phòng số 3.
아잉 낌 자, 엠 송 어 끼 뚝 싸 퐁 소 바

Thầy Nam : Phòng của em có máy lạnh không?
터이 남 퐁 꾸어 엠 꼬 마이 라잉 콩

Anh Kim : Dạ có, phòng của em có một máy lạnh.
아잉 낌 자 꼬, 퐁 꾸어 엠 꼬 못 마이 라잉

Thầy Nam : Em có xe đạp không?
터이 남 엠 꼬 쎄 답 콩

Anh Kim : Dạ có. Em có một xe đạp.
아잉 낌 자 꼬 엠 꼬 못 쎄 답

Anh Kim : Cô Hà ơi, đây là cái gì?
아잉 낌 꼬 하 어이, 더이 라 까이 지

Cô Hà : Đây là điện thoại.
꼬 하 더이 라 디엔 토아이

Anh Kim : Cô có điện thoại không?
아잉 낌 꼬 꼬 디엔 토아이 콩

Cô Hà : Dạ có, tôi có một điện thoại.
꼬 하 자 꼬, 또이 꼬 못 디엔 토아이

Anh Kim : Kia là cái gì?
아잉 낌 끼어 라 까이 지

Cô Hà : Kia là xe máy.
꼬 하 끼어 라 쎄 마이

Anh Kim : Cô có xe máy không?
아잉 낌 꼬 꼬 쎄 마이 콩

Cô Hà : Dạ có, xe máy của tôi rất tốt.
꼬 하 자 꼬, 쎄 마이 꾸어 또이 젓 똣

Anh Kim : Kia là ai?
아잉 낌 끼어 라 아이

Cô Hà : Kia là cô Lan, bạn của tôi. Cô ấy không có xe máy.
꼬 하 끼어 라 꼬 란 반 꾸어 또이 꼬 어이 콩 꼬 쎄 마이

Mr. Kim : 실례지만 선생님께서는 남선생님이 맞습니까?
남선생님 : 그런데요. 학생은 무엇이 필요하지요?
Mr. Kim : 네, 저 베트남어를 배우고 싶습니다.
남선생님 : 학생은 어디 살아요?
Mr. Kim : 네, 저는 기숙사에서 살고 3호실입니다.
남선생님 : 학생 방에 에어컨 있어요?
Mr. Kim : 네 있어요. 제 방엔 에어컨 하나가 있습니다.
남선생님 : 학생 자전거 있어요?
Mr. Kim : 네, 전 자전거 한 대가 있습니다.

Mr. Kim : 하 선생님, 이것은 무엇입니까?
하선생님 : 이것은 전화기입니다.
Mr. Kim : 선생님은 전화기가 있습니까?
하선생님 : 네, 한 대의 전화기가 있습니다.
Mr. Kim : 저것은 무엇입니까?
하선생님 : 저것은 오토바이 입니다.
Mr. Kim : 선생님 오토바이를 가지고 있습니까?
하선생님 : 네 있어요. 선생님 오토바이는 아주 좋아요.
Mr. Kim : 저분은 누구세요?
하선생님 : 저분은 란 선생님이예요. 제 친구예요. 저 선생님은 오토바이가 없어요.

단어 익히기

- ở đâu
  어 더우   어디에서

- cần
  껀   필요하다

- ơi
  어이   동년배이거나 어린 사람을 부를 때 쓰는 단어

- xe máy
  쎄 마이   오토바이

- tốt
  똣   좋다

문법 설명

1. "···ở đâu?" : (···어 더우?)

장소에 대해 물을 때 사용되는 의문사

예문

문 Anh sống *ở đâu?*   (당신은 어디에서 삽니까?)
　 아잉　송　어 더우

답 Tôi sống ở *ký túc xá.*   (저는 기숙사에서 살아요.)
　 또이　송　어 끼 뚝 싸

문 Anh học *ở đâu?*   (당신은 어디에서 공부합니까?)
　 아잉　혹　어 더우

답 Tôi học ở *Việt Nam.*   (저는 베트남에서 공부합니다.)
　 또이　혹　어 비엣　남

※ "*ở đâu*" (어 더우) 의문문 끝에 위치한다.

문 Anh học tiếng Việt *ở đâu?*
아잉 혹 띠엥 비엣 어 더우?

(당신은 어디에서 베트남어를 배웁니까?)

답 Tôi học tiếng Việt *ở Việt Nam.*
또이 혹 띠엥 비엣 어 비엣 남

(전 베트남에서 베트남어를 배웁니다.)

문 Anh ăn cơm *ở đâu?*
아잉 안 껌 어 더우?

(어디에서 식사하십니까?)

답 Tôi ăn cơm *ở quán ăn.*
또이 안 껌 어 꽌 안

(전 식당에서 밥을 먹습니다.)

2. 의문문 "주어 + CÓ + 명사 + KHÔNG?"은 소유를 묻는 의문문

문 Cô Hà có xe đạp *không?*
꼬 하 꼬 쎄 답 콩

하선생님 자전거 있습니까?

답 Dạ có, cô Hà có xe đạp (khẳng định).
자 꼬, 꼬 하 꼬 쎄 답 (캉 딩)

네, 하선생님은 자전거를 가지고 있습니다. (긍정)

Dạ không, cô Hà *không có* xe đạp (phủ định).
자 콩, 꼬 하 콩 꼬 쎄 답 (푸 딩)

아니요, 하 선생님은 자전거가 없습니다. (부정)

문 Anh có xe máy không?
아잉 꼬 쎄 마이 콩

당신은 오토바이가 있습니까?

답 Dạ có, tôi có một xe máy (khẳng định).
자 꼬, 또이 꼬 못 쎄 마이 (캉 딩)

네, 저는 오토바이 한대가 있습니다. (긍정)

Dạ không, tôi không có xe máy (phủ định).
자 콩, 또이 콩 꼬 쎄 마이 (푸 딩)

아니요, 저는 오토바이가 없습니다.(부정)

3. "của" : (꾸어)

"của" 소유 (…의)

예문

Sách *của* anh Kim 사익 꾸어 아잉 낌	김군의 책
Máy vi tính *của* anh Park 마이 비 띵 꾸어 아잉 빡	박군의 컴퓨터
Xe máy *của* cô Hà 쎄 마이 꾸어 꼬 하	하선생님의 오토바이
Phòng *của* tôi 퐁 꾸어 또이	나의 방
Ti vi *của* tôi 띠 비 꾸어 또이	나의 텔레비전
Điện thoại *của* anh Park 디엔 토아이 꾸어 아잉 빡	박군의 전화기

4. 인칭 대명사

❶	❷	❸
tôi/em…(나/저) 또이 / 엠	*anh* (형), *ông* (할아버지)… 아잉 옹 *chị* (언니), *cô* (아줌마) 찌 꼬 *bà* (할머니) *em* (아이) 바 엠	*anh ấy* (그) *ông ấy* (그 할아버지)… 아잉 어이 옹 어이 *chị ấy* (그녀), *bà ấy* (그 할머니), 찌 어이 바 어이 *cô ấy* (그 아줌마)… 꼬 어이 *em ấy* (그 아이)… 엠 어이
chúng tôi / 쭝 또이 *chúng ta*…(*) 쭝 따 우리들	*các anh* (남자인 경우) 당신들 깍 아잉 *các ông* (나이 많은 남자인 경우) 깍 옹 *các chị* (젊은여자인 경우) 깍 찌 *các cô* (아줌마인 경우) 깍 꼬	*anh ấy* (그), 아잉 어이 *ông ấy* (그 할아버지)… 옹 어이 *chị ấy* (그녀) *bà ấy* (그 할머니) 찌 어이 바 어이 *cô ấy* (그 아줌마)… 꼬 어이

chúng tôi / 쭝 또이	*các bà* (나이많은 여자인 경우) 깍 바	*em ấy* (그 아이)… 엠 어이
chúng ta…(*) 쭝 따 우리들	*các em* (어린 아이들) 깍 엠	*họ* (그들) 호
	các bạn (친한 친구들) 깍 반	

※ "Chúng tôi (우리)" 듣는 이를 포함하지 않는다. "Chúng ta (우리)" 듣는
이를 포함한다.

3단계

연 습 문 제

1. 숫자 읽기 연습

1 = *một*	11 = (mười + một) *mười một*
2 = hai	12 = mười hai
3 = ba	13 = mười ba
4 = bốn	14 = mười bốn
5 = *năm*	15 = mười *lăm*(발음상 편의를 위해 "n" → "l")
6 = sáu	16 = mười sáu
7 = bảy	17 = mười bảy
8 = tám	18 = mười tám
9 = chín	19 = mười chín
10 = *mười*	20 = (hai + *mươi*) *hai mươi*

2. 인칭 대명사 사용하여 빈칸을 채우시오.

예문 Cô Hà là sinh viên. *Cô ấy* sống ở thành phố Hồ Chí Minh.

a) Anh Nam là người Hàn Quốc. ________________mới đến Việt Nam.

b) Chị Lan là phóng viên. ________________có một xe máy.

c) Ông Nam là giáo viên. ________________đọc sách.

d) Đây là em Lan. ________________rất đẹp.

e) Tôi và anh Nam sống ở thành phố Hồ chí Minh. __________là sinh viên.

f) Cô Lan, cô Hà và anh Nam là bạn của tôi. _______________ rất tốt.

3. 다음 단어들을 사전에서 찾으시오.

<u>동 사</u>   <u>명 사</u>

mua :   hiệu sách :   siêu thị :

làm việc :   rạp chiếu bóng :   thức ăn :

dạy :   chợ :   công ty :

              nhà hàng :

4. "……*ở đâu?*"(어더우) (어디에서) 질문에 대답하시오.

예문 Chị học tiếng Việt *ở đâu*?

　　　– Tôi học tiếng Việt *ở Việt* Nam.

a) Anh sống ở đâu?

　　– ____

b) Chị Lan mua sách ở đâu?

　　– ____

c) Anh Park mua thức ăn ở đâu?

　　– ____

d) Cô ăn cơm ở đâu?

　　– ____

e) Anh Kim xem phim ở đâu?

　　– ____

f) Thầy Nam dạy tiếng Việt ở đâu?

　　– ____

g) Cô ấy làm việc ở đâu?

　　– ____

5. 질문에 대답하시오.

예문 Đây là sách của *ai*?

　　　– Đây là sách của anh *Kim*.

a) Đây là tờ báo của ai?

—____

b) Kia là ti vi của ai?

—____

c) Xe đạp của ai?

—____

d) Máy vi tính của ai?

—____

e) Anh Nam là bạn của ai?

—____

f) Thức ăn của ai?

—____

표현 배우기 

BÀI ĐỌC

Cô Kim là nhân viên. Năm nay, cô Kim 23 tuổi. Cô Kim làm việc ở
꼬 낌 라 년 비엔 남 나이 꼬 낌 하이므어이바 뚜오이 꼬 낌 람 비엑 어

công ty. Cô ấy là bạn của anh Bình.
꽁 티 꼬 어이 라 반 꾸어 아잉 빙

Cô Kim mới học tiếng Việt. Thầy giáo của cô Kim là thầy Nam.
꼬 낌 머이 혹 띠엥 비엣 터이 자오 꾸어 꼬 낌 라 터이 남

Thầy Nam dạy tiếng Việt ở trường đại học.
터이 남 자이 띠엥 비엣 어 쯔엉 다이 혹

Cô Kim sống ở nhà trọ. Nhà trọ rất sạch. Cô Kim không có xe máy.
꼬 낌 송 어 냐 쪼 냐 쪼 젓 사익 꼬 낌 콩 꼬 쎄 마이

Cô ấy chỉ có một xe đạp. Cô Kim có một máy vi tính. Máy vi tính
꼬 어이 찌 꼬 못 쎄 답 꼬 낌 꼬 못 마이 비 띵 마이 비 띵

của cô ấy rất tốt.
꾸어 꼬 어이 젓 뜻

김 양은 직원입니다. 올해 그녀는 23살입니다. 그녀는 회사에서 일합니다. 그녀는 빈군의 친구입니다.
그녀는 막 베트남어를 배웠습니다. 김 양의 선생님은 남 선생님입니다. 남 선생님은 대학교에서 베트남어를 가르칩니다.
김 양은 하숙집에서 삽니다. 하숙집은 매우 깨끗합니다. 김 양은 오토바이가 없습니다. 그녀는 단지 자전거만 있습니다. 김 양은 컴퓨터가 있습니다. 그녀의 컴퓨터는 매우 좋습니다.

단어

- **năm nay**
  남 나이
  올해

- **trường đại học**
  쯔엉 다이 혹
  대학교

- **23=hai mươi ba**
  하이 므어이 바
  23

- **nhà trọ**
  냐 쪼
  하숙집

- **tuổi**
  뚜오이
  나이

- **chỉ**
  찌
  단지

- **mới**
  머이
  금방, 이제

◉ 질문을 만들고 답하시오.

Cô Kim làm gì?

  Cô Kim là nhân viên.

Năm nay, cô Kim bao nhiêu tuổi?

  Năm nay, cô Kim 23 tuổi.

_______________________________________?

_______________________________________?

_______________________________________?

_______________________________________?

_______________________________________?

_______________________________________?

ĐI MUA SẮM
쇼핑하러 가다

Cô Kim mới đến thành phố Hồ Chí Minh. Hôm nay, cô Lan đưa cô Kim
꼬 낌 머이 덴 타잉 포 호 찌 밍 홈 나이 꼬 란 드어 꼬 낌

đi mua sắm.
디 무어 삼

Tại hiệu sách
Cô Kim : Tôi muốn mua một quyển từ điển.
꼬 낌 또이 무온 무어 못 꾸이엔 뜨 디엔

Cô Lan : từ điển gì?
꼬 란 뜨 디엔 지

Cô Kim : Từ điển Anh - Việt.
꼬 낌 뜨 디엔 아잉 – 비엣

Cô Lan : (hỏi người bán) Ở đây có từ điển Anh- Việt không?
꼬 란 (호이 응어이 반) 어 더이 꼬 뜨 디엔 아잉 – 비엣 콩

Người bán : Dạ có, ở đằng kia.
응어이 반 자 꼬, 어 당 끼어

Cô Lan : Cám ơn.
꼬 란 깜 언

Hiệu sách này lớn quá!
히에우 사익 나이 런 꽈

Tại siêu thị
Cô Kim : Cái này là cái gì?
꼬 낌 까이 나이 라 까이 지

Cô Lan : Cái này là túi xách. Túi xách này rẻ quá!
꼬 란 까이 나이 라 뚜이 싸익 뚜이 싸익 나이 제 꽈

Cô Kim : Tôi muốn mua một cái. Còn đây là cái gì?
꼬 낌 또이 무온 무어 못 까이 꼰 더이 라 까이 지

Cô Lan : Đây là dầu gội đầu, xà phòng. Ở đằng kia là đồng Hồ,
꼬 란 더이 라 저우 고이 더우 싸 퐁 어 당 끼어 라 동 호

nón, giầy, gương, lược.
논 저이 그엉 르억.

Cô Kim : Tôi muốn mua một chai dầu gội đầu, một cái nón,
꼬 낌 또이 무온 무어 못 짜이 저우 고이 더우 못 까이 논

một đôi giầy. À, một bánh xà phòng nữa.
못 도이 저이 아 못 바잉 싸 퐁 느어

Cô Lan : Đôi giầy này mắc quá!
꼬 란　도이 저이 나이 막　꽈

Tại chợ Bến Thành
Cô Kim : Con này là con gì?
꼬 낌　꼰 나이라 꼰 지

Cô Lan : Tiếng Việt gọi là "con gà". Con gà này nhỏ quá.
꼬 란　띠엥 비엣 고이라 꼰 가 꼰 가 나이 뇨 꽈

　　　　　Con gà kia to.
　　　　　꼰 가 끼어 또

Cô Kim : Tiếng Việt gọi con này là con gì?
꼬 낌　띠엥 비엣 고이 꼰 나이 라 꼰 지

Cô Lan : Tiếng Việt gọi con này là "con vịt".
꼬 란　띠엥 비엣 고이 꼰 나이 라 꼰 빗

Cô Kim : Còn con này?
꼬 낌　꼰 꼰 나이

Cô Lan : Con này là "con cá".
꼬 란　꼰 나이라 꼰 까

Cô Kim : Tôi muốn mua cá.
꼬 낌　또이 무온 무어 까

Miss Kim은 호치민시에 막 도착했다. 오늘 Lan은 Kim을 데리고 쇼핑을 하러 간다.

서점에서
Miss Kim　: 나는 사전 한 권을 사고싶어.
Miss Lan　: 무슨 사전?
Miss Kim　: 영-베 사전
Miss Lan　: (점원에게 묻는다) 여기에 영-베 사전이 있나요?
점　원　　: 네, 있어요. 저쪽에 있어요.
Miss Lan　: 고마워요.
　　　　　　이 서점은 매우 크네요!

백화점에서
Miss Kim　: 이것은 뭐야?
Miss Lan　: 이것은 가방이야. 이 가방은 매우 싸구나!
Miss Kim　: 나는 한 개를 사고 싶어. 그리고(또한) 이것은 뭐지?
Miss Lan　: 이것은 샴푸, 비누야. 저쪽(저것)은 시계, 논(월남식 삿갓모자), 구두, 거울,
　　　　　　빗이야.
Miss Kim　: 나는 샴푸 한 병이랑 논 한 개, 구두 한 켤레를 사고 싶어.
　　　　　　아, 비누 한 개 더. 이 구두는 매우 비싸다.

벤타잉 시장에서
Miss Kim　: 이것은 무슨 동물이지?
Miss Lan　: 베트남어로 '닭'이라고 불러. 이 닭은 매우 작아. 저 닭은 매우 크구나.
Miss Kim　: 이 동물은 베트남어로 뭐라고 불러?
Miss Lan　: 베트남어로 '오리'라고 불러.
Miss Kim　: 그리고 이것은?
Miss Lan　: 이것은 '물고기'야.
Miss Kim　: 나는 물고기를 사고 싶어.

단어 익히기

• đi mua sắm 디 무어 삼	쇼핑하러 가다	• mắc(đắt) 막 (닷)	비싸다
• quyển 꾸이엔	(책 한)권	• nhỏ 뇨	작다
• từ điển 뜨 디엔	사전	• nón(=mũ) 논 무	모자
• hỏi 호이	묻다	• đôi 도이	켤레
• người bán 응어이 반	파는 사람	• giầy 저이	구두
• này 나이	이(것)	• gương 그엉	거울
• to 또	크다	• lược 르억	빗
• quá 꽈	매우	• bánh 바잉	덩어리
• cái 까이	종별사(무생물)	• gọi(là) 고이 라	(~라고) 부르다
• chai 짜이	(한)병	• con gà 꼰 가	닭
• dầu gội đầu 저우 고이 더우	샴푸	• con vịt 꼰 빗	오리
• rẻ 제	싸다	• con cá 꼰 까	물고기
• xà phòng(=xà bông) 비누 싸 퐁 싸 봉			

문법 설명

1. 종별사

a) 베트남어에는 명사 앞에 위치하는 종별사가 있다.

－Cái(개) : 물건을 가리키는 명사들 앞에 위치한다.

- 1 cái bàn
  못 까이 반   책상 1개

- 5 cái ghế
  남 까이 게   의자 5개

- 4 cái ti vi
  본 까이 띠 비   TV 4대

- Đây là cái nhà.
  더이 라 까이 냐   이것은 집이다.

－Con(마리) : 동물을 가리키는 명사들 앞에 위치한다.

- 1 con gà
  못 꼰 가   닭 1마리

- 2 con chó
  하이 꼰 쪼   개 2마리

- 2 con vịt
  하이 꼰 빗   오리 2마리

- Đây là con cá.
  더이 라 꼰 까   이것은 생선이다.

－Quyển(＝cuốn)(권) : 책, 달력을 가리키는 명사들 앞에 위치한다.

- 1 quyển từ điển
  못 꾸이엔 뜨 디엔   사전 1권

- Đây là quyển nhật ký.
  더이 라 꾸이엔 녓 기   이것은 일기이다.

- 5 quyển lịch
  남 꾸이엔 릭   달력 5권

- 6 quyển tiểu thuyết
  사우 꾸이엔 띠에우 투이엣   소설 6권

b) 종별사 사용방법

-숫자와 함께 쓰일 때

Tôi mua 2 *quyển* từ điển.　　　　(나는 사전 2권을 산다.)
또이　무어 하이 꾸이엔 뜨 디엔

Tôi có 1 *cái* ghế.　　　　(나는 의자 1개를 가지고 있다.)
또이　꼬 못 까이　게

-동사 "là"의 뒤에서

Đây *là cái* ti vi.　　　　(이것은 TV이다.)
더이 라 까이 띠 비

Kia *là quyển* từ điển Anh – Việt.　(저것은 영–베 사전이다.)
끼어 라 꾸이엔 뜨 디엔　아잉 – 비엣

-"này", "kia"/(đó)와 함께 쓰일 때

Quyển sách này, *cái* bàn *kia*··· (이 책, 저 책상···)
꾸이엔　사익 나이　까이 반　끼어

2. 단위를 나타내는 명사

a) 베트남어에서는 명사 앞에 위치해 그 단위를 나타내는 명사가 있다.

-*Chai* : (병)

2 *chai* bia　　　　맥주 2병
하이 짜이 비어

4 *chai* dầu gội đầu　　　　샴푸 4병
본 짜이 저우 고이 더우

1 *chai* nước suối　　　　생수 1병
못 짜이　느억 수오이

Đây là *chai* sữa.　　　　이것은 우유이다.
더이 라 짜이 스어

-Cục : (개(덩어리))

　　2 *cục* xà phòng (= 2 *bánh* xà phòng)　　　　비누 2개
　　하이 꾹　싸　퐁　　　　하이 바잉 싸　퐁

　　5 *cục* kẹo (= 5 *viên* kẹo)　　　　　　　　사탕 5개
　　남 꾹　께오　　　남 비엔　께오

-Đôi : (쌍)

　　1 *đôi* giầy　　　　　　　　　　　　　　　구두 1켤레
　　못 도이 저이

　　2 *đôi* vớ　　　　　　　　　　　　　　　　양말 1켤레
　　하이 도이　버

　　2 đôi bít tất　　　　　　　　　　　　　　양말 1켤레
　　하이 도이 빗　떳

b) 종별사처럼 사용한다.

예문

　　Tôi mua 2 chai bia.　　　　　　　　(나는 2병의 맥주를 산다.)
　　또이　무어 하이 짜이 비어

　　Cho tôi 1 chai nước suối.　　　　　(나에게 생수 1병 주세요.)
　　쪼　또이 못 짜이　느억　수오이

　　Đây *là* đôi giầy của tôi.　　　　　(이것은 나의 구두이다.)
　　더이 라 도이 저이 꾸어 또이

　　Đôi giầy này rất đẹp.　　　　　　(이 구두는 매우 예쁘다.)
　　도이 저이 나이 젓 뎁

c) 지정사

　　각 "*này*" và "*kia*" / (*đó*) 단어들은 명사를 지정하기 위함이다.

예문

　　Túi xách này　　　　　　　　　　　　이 가방
　　뚜이 싸익 나이,

　　con gà này　　　　　　　　　　　　　이 닭
　　꼰　가 나이,

　　đôi giầy kia　　　　　　　　　　　　저 구두
　　도이 저이 끼어

연 습 문 제

1. 숫자를 말하는 방법.

1 = một	11 = *mười* một	21 = *hai mươi mốt*
2 = hai	12 = mười hai	22 = hai mươi hai
5 = *năm*	15 = *mười* lăm	25 = hai mươi lăm
10 = *mười*	20 = *hai* mươi	30 = *ba mươi*
	60 = sáu mươi	70 = bảy mươi

31 = *ba mươi mốt* ______________________

32 = ba mươi hai ______________________

35 = ba mươi lăm ______________________

40 = bốn mươi ______________________

50 = năm mươi ______________________

80 = tám mươi ______________________

90 = chín mươi ______________________

2. 빈칸에 단어를 채우세요.

a) Tôi có 20 ___________ sách.

b) Đây không phải là ___________ từ điển.

c) Anh có 2 ___________ giầy phải không?

d) ___________ nón của cô Lee đẹp quá!

e) Cho tôi 4 ___________ bia.

f) Kia là ___________ gương phải không?

g) Dạ không phải, kia là ___________ lược.

h) ___________ chó này đẹp quá!

i) ___________ máy vi tính này rất cũ.

j) Tôi muốn mua 2 ___________ gà.

3. 다음의 단어들의 의미를 알기 위해서 사전을 찾아보세요.

−quạt máy	−con bò	−mới
−áo	−con heo(＝lợn)	−xấu
−quần	−con chim	−béo(＝mập)
−cặp sách	−con mèo	−gầy(＝ốm)

4. 다음 단어들을 사용하여 질문하고 답하세요.
   xấu, béo, gầy, mới, cũ, to, nhỏ, rẻ, mắc, đẹp, tốt

예문 *Quyển* sách này thế nào?
   −Quyển sách này *mới*.

문 ___________ áo này thế nào?

답 _______________________________

문 ___________ quạt máy kia thế nào?

답 _______________________________

문 ___________ gà này thế nào?

답 _______________________________

문 ___________ giầy này thế nào?

답 _______________________________

문 ___________ dầu gội đầu kia thế nào?

답 _______________________________

문 ___________ từ điển này thế nào?

답 _______________________________

문 ___________ xà phòng này thế nào?

답 _______________________________

문 ___________ nón kia thế nào?

답 _______________________________

문 ___________ cặp sách này thế nào?

답 _______________________________

문 ___________ quần kia thế nào?

답 _______________________________

표현 배우기 

BÀI ĐỌC

Chợ Bến Thành

Chợ Bến Thành nằm ở quận 1, thành phố Hồ Chí Minh. Ở đây có
쩌 벤 타잉 남 어 꿘 못 타잉 포 호 찌 밍 어 더이 꼬

nhiều hàng hoá. Người nước ngoài thường đi chợ Bến Thành. Họ
니에우 항 화 응어이 느억 응와이 트엉 디 쩌 벤 타잉 호

thường mua áo, quần, giầy, túi xách, nón. Họ cũng mua thức ăn như
트엉 무어 아오 꿘 저이 뚜이 싸익 논 호 꿍 무어 특 안 니으

cá, gà, vịt.
까 가 빗

Hôm nay, cô Lan đưa cô Lee đi chợ Bến Thành. Cô Lee muốn mua
홈 나이 꼬 란 드어 꼬 리 디 쩌 벤 타잉 꼬 리 무온 무어

một con gà. Con gà này rất rẻ. Cô Lee thích thịt gà.
못 꼰 가 꼰 가 나이 젓 제 꼬 리 틱 팃 가

벤타잉 시장

벤타잉 시장은 호치민시의 1군에 위치한다. 이곳에는 많은 상품들이 있다. 외국인
은 일반적으로 벤타잉 시장에 간다. 그들은 보통 상의, 바지, 구두, 가방, 논을 산
다. 또한 그들은 물고기, 닭, 오리와 같은 음식을 사기도 한다.
오늘, Miss Lan은 Miss Lee를 벤타잉 시장에 데리고 갔다. Miss Lee는 닭 한
마리를 사고 싶어한다. 이 닭은 매우 싸다. Miss Lee는 닭고기를 좋아한다.

• nằm 남	눕다, 위치하다	• người nước ngoài 외국인 응어이 느억 응와이	
• quận 꿘	군(행정구역)	• như 니으	∼와 같은
• ở đây 어 더이	여기에서	• thích 틱	좋아하다
• nhiều 니에우	많다	• thịt gà 팃 가	닭고기
• hàng hoá 항 화	상품		

◉ 질문을 만드시오.

a) _______________________________________ ?

Chợ Bến Thành nằm ở quận 1, thành phố Hồ Chí Minh.

b) _______________________________________ ?

Ở đây có nhiều hàng hoá.

c) _______________________________________ ?

Người nước ngoài thường mua áo, quần, giầy, túi xách, nón.

d) _______________________________________ ?

Họ cũng mua thức ăn như cá, gà, vịt.

e) _______________________________________ ?

Cô Lee muốn mua một con gà.

f) _______________________________________ ?

Con gà này rất rẻ.

6 ANH ĐI HỌC LÚC MẤY GIỜ?
당신은 몇시에 학교에 가나요?

Anh Bình : Anh Kim ơi, hôm nay anh có đi học không?
아잉 빙   아잉 낌 어이, 홈 나이 아잉 꼬 디 혹 콩?

Anh Kim : Dạ có.
아잉 낌   자 꼬

Anh Bình : Anh đến trường lúc mấy giờ?
아잉 빙   아잉 덴 쯔엉 룩 머이 저

Anh Kim : Tôi đến trường lúc 8:00 (8 giờ).
아잉 낌   또이 덴 쯔엉 룩 땀저

Anh Bình : Anh sẽ ăn trưa ở đâu?
아잉 빙   아잉 세에 안 쯔어 어 더우

Anh Kim : Tôi sẽ ăn trưa ở căn-tin của trường.
아잉 낌   또이 세에 안 쯔어 어 깐 띤 꾸어 쯔엉

Anh Bình : Anh thường ăn trưa lúc mấy giờ?
아잉 빙   아잉 트엉 안 쯔어 룩 머이 저

Anh Kim : Tôi thường ăn trưa lúc 12:00 (12 giờ).
아잉 낌   또이 트엉 안 쯔어 룩 므어이 하이 저

Cơ Lan : Anh học tiếng Việt ở đâu?
꼬 란 아잉 혹 띠엥 비엣 어 더우

Anh Kim : Ở trường Đại học Khoa học xã hội và Nhân văn.
아잉 껨 어 쯔엉 다이 혹 코아 혹 싸 호이바 년 반

Cơ Lan : Anh học vào thứ mấy?
꼬 란 아잉 혹 바오 트 머이

Anh Kim : Tôi học vào thứ hai, thứ tư và thứ sáu.
아잉 껨 또이 혹 바오 트 하이, 트 뜨바트 사우

Cơ Lan : Anh học từ mấy giờ đến mấy giờ?
꼬 란 아잉 혹뜨 머이 저 덴 머이 저

Anh Kim : Tôi học từ 8:00 đến 11:00.
아잉 껨 또이 혹 뜨 땀저 덴 므어이 못 저

Cơ Lan : Cám ơn anh.
꼬 란 깜 언 아잉

Anh Kim : không có chi!
아잉 껨 콩 꼬 찌

빙 : 김형, 오늘 공부하러 가나요?
김 : 네, 가요.
빙 : 학교에 몇시에 도착하나요?
김 : 나는 학교에 8시에 도착해요.
빙 : 점심밥은 어디서 먹을 거예요?
김 : 나는 학교 학생식당에서 먹을 거예요.
빙 : 보통 몇시에 점심밥을 먹나요?
김 : 나는 보통 점심을 12시에 먹어요.

란 : 당신은 어디서 베트남어를 배웁니까?
김 : 인문사회과학 대학교에서 배웁니다.
란 : 당신은 무슨 요일에 공부합니까?
김 : 나는 월요일, 수요일, 금요일에 공부합니다.
란 : 당신은 몇시부터 몇시까지 공부합니까?
김 : 나는 8시부터 11시까지 공부합니다.
란 : 고맙습니다.
김 : 천만에요.

단어 익히기

• (lúc) mấy giờ? 룩 머이 저	몇시입니까?	• căn tin 깐 띤	학생식당, 매점
• hôm nay 홈 나이	오늘	• thường 트엉	보통
• đi học 디 혹	공부하러 가다	• ngày mấy? 응아이 머이	며칠?
• đi 디	가다	• vào thứ mấy? 바오 트 머이	무슨 요일에?
• đến trường 덴 쯔엉	학교에 가다	• từ…..đến…… 뜨…. 덴…	~부터 ~까지
• sẽ 세에	~할 것이다(미래)	• không có chi! 콩 꼬 찌	천만에요!
• ăn trưa 안 쯔어	점심먹다	= không có gì! 꽁 꼬 지	

문법 설명

1. 시간 읽는 법

- 8:00 = *tám giờ*
  땀 저

- 12:00 = *mười hai giờ*
  므어이 하이 저

- 8:20 = *tám giờ hai mươi* (phút)
  땀 저 하이 므어이 풋

2. 요일

Thứ hai 트 하이	월요일	Thứ sáu 트 사우	금요일
Thứ ba 트 바	화요일	Thứ bảy 트 바이	토요일
Thứ tư 트 뜨	수요일	Chủ nhật 쭈 녓	일요일
Thứ năm 트 남	목요일		

3. 몇시부터 몇시까지의 일정시간에 대해 쓰는 표현

예문

문 Anh làm việc *từ mấy giờ đến mấy giờ?*
아잉 람 비엑 뜨 머이 저 덴 머이 저

(당신은 몇시부터 몇시까지 일합니까?)

답 Tôi làm việc *từ 8:00 đến 11:00.*
또이 람 비엑 뜨 땀저 덴 므어이 못저

(저는 8시부터 11시까지 일합니다.)

4. 하루중 시간

Buổi sáng : Từ 00:00 đến 11:00 0시부터 11시까지
부오이 상

Buổi trưa : Từ 11:00 đến 13:00 11시부터 13시까지
부오이 쯔어

Buổi chiều : Từ 13:00 đến 18:00 (＝6:00) 13시부터 18시까지
부오이 찌에우

Buổi tối : Từ 18:00 (＝ 6:00) đến 22:00 (10:00) 18시부터 22시까지
부오이 또이

Buổi đêm : Từ 22:00 (＝10:00) đến 24:00 (00:00) 22시부터 24시까지
부오이 뎀

5. "*Sẽ*" : (쎄에) 조동사, 서술동사 앞에 위치하여 장차 일어날 행동을 나타내는 데 쓰임

Tôi sẽ sống ở Việt Nam.　　　　　　(나는 베트남에서 살것이다.)
또이 세에 송　어 비엣　남

Chúng tôi sẽ làm việc ở công ty.　　(우리는 회사에서 일할 것이다.)
쭝　또이세에 람　비엑　어 꽁　띠

6. "*thường*"(트엉) : 부사, 서술동사 앞에 위치하여 여러 번 반복되는 행동을 나타내는데 쓰임.

Anh Park *thường* đi học lúc 7:30.
아잉　빡　트엉　디 혹　룩 바이 저 바 므어이

(Mr.박은 주로 7시30분에 학교에 간다.)

Bạn của tôi *thường* viết thư cho tôi.
반　꾸어 또이　트엉　비엣 트 쪼 또이

(내 친구는 나에게 자주 편지를 쓴다.)

3단계

연 습 문 제

1. 김씨의 일과표를 봅시다.

	7:15	*Thức dậy*
	7:15 đến 7:30	*Rửa mặt*
Buổi sáng:	7:30	*Ăn sáng*
	8:00	*Đi học tiếng Việt*
	11:30	*Về nhà*
Buổi trưa:	12:00	*Ăn trưa*
	13:00(= 1:00)	*Nghỉ trưa*

	14:00(= 2:00)	Đến công ty
Buổi chiều:	Từ 14:00(= 2:00) đến 18:00 (= 6:00)	*Làm việc*
Buổi tối:	Từ 18:00 đến 19:00(= 7:00)	*Ăn tối*
	Từ 19:00 đến 22:30(= 10:30)	*Xem ti vi và đọc sách*
	22:30	*Đi ngủ*

2. 물음에 답하시오.

a) Anh Kim thức dậy lúc mấy giờ?

— ____

b) Anh Kim rửa mặt từ mấy giờ đến mấy giờ?

— ____

c) Anh Kim học tiếng Việt từ mấy giờ đến mấy giờ?

— ____

d) Anh Kim về nhà lúc mấy giờ?

— ____

e) Anh Kim ăn trưa lúc mấy giờ?

— ____

f) Anh Kim đến công ty lúc mấy giờ?

— ____

g) Anh Kim làm việc từ mấy giờ đến mấy giờ?

— ____

h) Anh Kim ăn tối lúc mấy giờ?

— ____

i) Anh Kim đi ngủ lúc mấy giờ?

— ____

3. Mr. 김의 일과표를 보고 다음 질문에 답하시오.

예문

> 문 Anh Kim *làm* gì lúc 7:15?
> (김씨는 7시 15분에 무엇을 합니까?)
> 답 Anh ấy *thức dậy* lúc 7:15.
> (그는 7시 15분에 일어납니다.)

a) Anh Kim làm gì lúc 7:30 sáng?
— _______________________________

b) Anh Kim làm gì lúc 8:00 sáng?
— _______________________________

c) Anh Kim làm gì lúc 13:00(= 1:00 trưa)?
— _______________________________

d) Anh Kim làm gì lúc 14:00(= 2:00 chiều)?
— _______________________________

e) Anh Kim làm gì lúc 15:00(= 3:00 chiều)?
— _______________________________

f) Anh Kim làm gì lúc 18:00(= 6:00 tối)?
— _______________________________

g) Anh Kim làm gì lúc 20:00(= 8:00 tối)?
— _______________________________

4. 질문에 답하시오.

예문

> 문 Hôm nay, bạn sẽ ăn trưa ở đâu?
> (오늘, 당신은 어디서 점심을 먹을 것입니까?)
> 답 Hôm nay, tôi sẽ ăn trưa ở quán ăn.
> (오늘, 나는 식당에서 밥을 먹을 것입니다.)

a) Bạn thường về nhà lúc mấy giờ?
— _______________________________

b) Hôm nay, bạn học tiếng Việt từ mấy giờ?

— _______________________________________

c) Buổi sáng, bạn thường thức dậy lúc mấy giờ?

— _______________________________________

d) Buổi tối, bạn có xem ti vi không?

— _______________________________________

e) Bạn thường đi ngủ lúc mấy giờ?

— _______________________________________

f) Bạn học tiếng Việt vào thứ mấy?

— _______________________________________

표현 배우기 

BÀI ĐỌC

Anh Kim đến Việt Nam để học tiếng Việt. Anh ấy thường đi học lúc
아잉 낌 덴 비엣 남 데 혹 띠엥 비엣 아잉 어이 트엉 디 혹 룩

8:00. Hôm nay, anh Kim đi học lúc 8:05. Anh ấy không có thời gian
땀 저 홈 나이 아잉 낌 디 혹 룩 땀저 남 아잉 어이 콩 꼬 터이 쟌

ăn sáng. Sau khi học tiếng Việt, anh Kim ăn trưa ở căn tin. Anh Kim
안 상 사우 키 혹 띠엥 비엣 아잉 낌 안 쯔어 어 깐 틴 아잉 낌

thích món ăn Việt Nam.
틱 몬 안 비엣 남

Anh Kim không thích xem ti vi. Anh Kim đi ngủ lúc 10:00 tối.
아잉 낌 콩 틱 셈 티비 아잉 낌 디 응우 룩 므어이저 또이

김씨는 베트남어를 공부하기 위해 베트남에 왔습니다. 그는 보통 8시에 학교에
갑니다. 오늘 김씨는 8시 5분에 공부하러 갔습니다. 그는 아침밥 먹을 시간이 없
었습니다. 베트남어를 공부하고 나서, 김씨는 학생식당에서 점심을 먹었습니다.
김씨는 베트남 음식을 좋아합니다.
김씨는 텔레비전 보는 것을 좋아하지 않습니다. 김씨는 밤 10시에 잠자리에 듭
니다.

단어

• để   위해서
  데

• 8:05=tám giờ năm phút   8시 5분
  땀 저 남 풋

• thời gian   시간
  터이 쟌

• sau khi   ～한 후에
  사우 키

• thích   좋아하다
  틱

• món ăn   음식
  몬 안

🖐 Thân thể(身體)

눈 mắt
맛
눈썹 lông mày
롱 마이
얼굴 mặt
맛
속눈썹 lông mi
롱 미
귀 tai
따이
코 mũi
무이
입 miệng
미엥
이 răng
장
손 tay
따이
손가락 ngon tay
응온 따이
가슴 ngực
응윽
배 bụng
붕
손톱 móng tay
몽 따이
발 chân
쩐

머리카락 tóc
똑
목 cổ
꼬
어깨 vai
바이
등 lưng
릉
팔 cánh tay
까잉 따이
허리 eo
에오
엉덩이 đùi
두이
무릎 đầu gối
더우 고이
다리 cẳng chân
깡 쩐

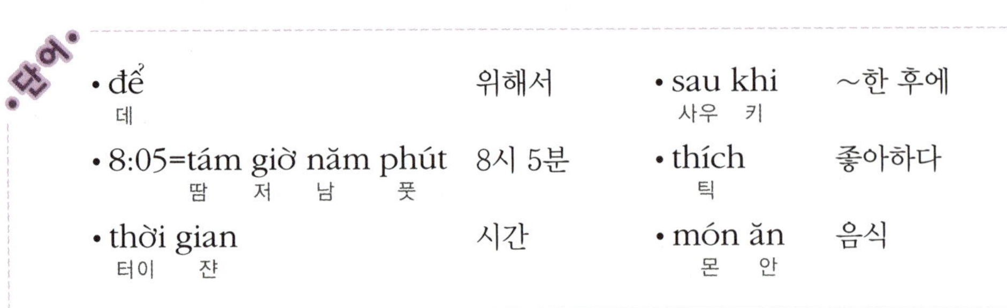

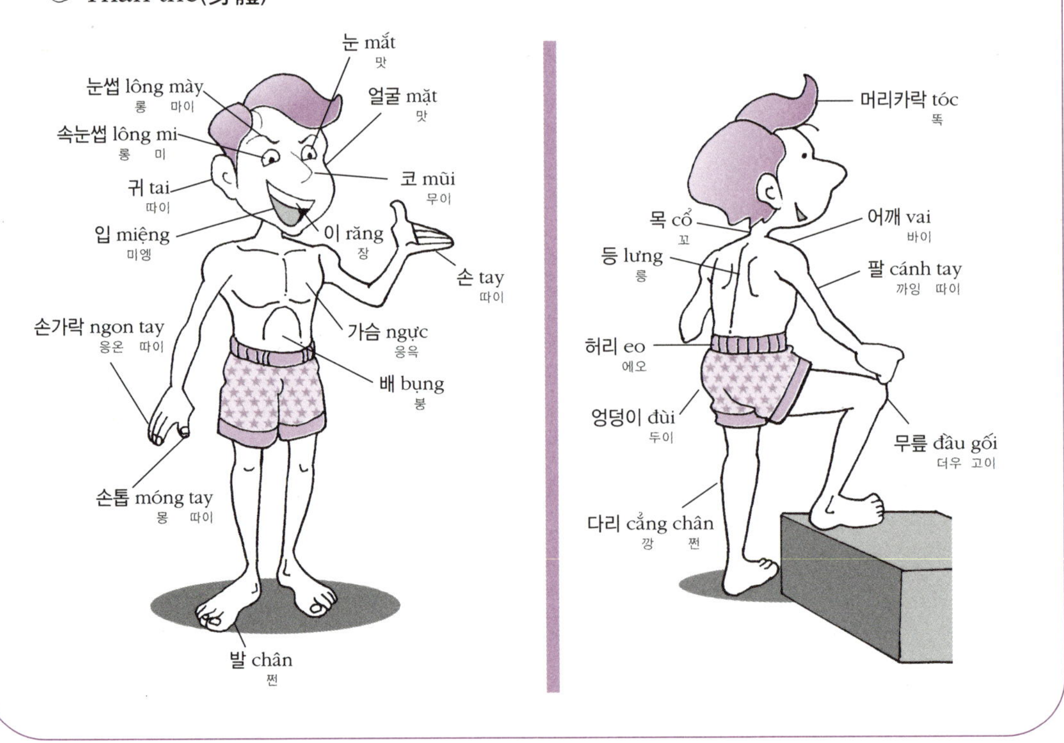

SỐ ĐIỆN THOẠI CỦA TÔI
나의 전화번호

Bình : Anh có điện thoại không?
빙　아잉 꼬 디엔 토아이 콩

Nam : Dạ có.
남　자 꼬

Bình : Điện thoại của anh số mấy?
빙　디엔 토아이 꾸어 아잉 소 머이

Nam : 904 3560.
남　찐콩본 바남사우콩

Bình : Anh có điện thoại di động không?
빙　아잉 꼬 디엔 토아이 지 동 콩

Nam : Dạ có. Số điện thoại di động của tôi là 0912 345 782.
남　자 꼬 소 디엔 토아이 지 동 꾸어 또이 라 콩찐못하이 바본남 버이땀하이

Bình : Cám ơn anh!
빙　깜 언 아잉

Nam : Không có chi!
남　콩 꼬 찌

Cô Lan : A lô ! Tôi nghe đây!
꼬 란 알로 또이 응에 더이

Anh Thanh : Làm ơn cho tôi gặp thầy Minh.
아잉 타잉 람 언 쪼 또이 갑 터이 밍

Cô Lan : Dạ, thầy Minh đang bận. Thầy Minh sẽ gọi cho anh
꼬 란 자 터이 밍 당 번 터이 밍 세에 고이 쪼 아잉

　　　 sau. Điện thoại của anh số mấy?
　　　 사우 디엔 토아이 꾸어 아잉 쏘 머이

Anh Thanh : Dạ, 0903 888 456.　　Tôi tên là Thanh.
아잉 타잉 자, 콩찐콩바 땀땀땀 본남사우 또이 뗀 라 타잉

Cô Lan : Cám ơn anh! Chào anh!
꼬 란 깜 언 아잉 짜오 아잉

Anh Thanh : Chào cô!
아잉 타잉 짜오 꼬

Anh Bình : Tôi muốn gửi thư cho anh. Địa chỉ của anh ở đâu?
아잉 빙 또이 무온 그이트 쪼 아잉 디어 찌 꾸어 아잉 어 더우

Anh Nam : Địa chỉ của tôi số 11 đường Hùng Vương, quận 5.
아잉 남 디아 찌 꾸어 또이 쏘 므어이못 드엉 훙 브엉 꿘 남

Anh Bình : Anh có email không?
아잉 빙 아잉 꼬 이메일 콩

Anh Nam : Dạ có. Email của tôi là ana@yahoo.com.
아잉 남 자 꼬 이메일 꾸어 또이 라 ana@yahoo.com

Anh Bình : Anh có số fax không?
아잉 빙 아잉 꼬 소 Fax 콩

Anh Nam : Dạ không. Tôi có máy nhắn tin.
아잉 남 자 콩 또이 꼬 마이 냔 띤

Số máy nhắn tin của tôi là 8032.
소 마이 냔 띤 꾸어 또이 라 땀콩바하이

빙 : 당신은 전화가 있습니까?
남 : 네 있습니다.
빙 : 전화번호가 어떻게 됩니까?
남 : 904 3560
빙 : 당신은 휴대폰이 있습니까?
남 : 네 있습니다. 제 휴대폰 번호는 0912 345 782입니다.
빙 : 감사합니다.
남 : 천만에요.

Ms.란 : 여보세요! 듣고 있습니다.
Mr.타잉 : 밍 교수님 좀 바꿔주십시오.
Ms.란 : 밍 교수님은 지금 바쁘십니다. 밍 교수님이 나중에 전화 드릴 겁니다.
       전화번호가 어떻게 되십니까?
Mr.타잉 : 네, 0903 888 456입니다. 제 이름은 타잉입니다.
Ms.란 : 감사합니다. 안녕히 계십시오.
Mr.타잉 : 안녕히 계십시오.

Mr. 빙 : 제가 당신께 편지를 보내고 싶습니다. 주소가 어떻게 됩니까?
Mr. 남 : 제 주소는 5군, 훙브엉로 11번지입니다.
Mr. 빙 : 당신은 이메일이 있습니까?
Mr. 남 : 네 있습니다. 제 이메일은 ana@yahoo.com입니다.
Mr. 빙 : 당신 팩스번호는 있습니까?
Mr. 남 : 아닙니다. 전 삐삐가 있습니다. 제 삐삐 번호는 8032 입니다.

단어 익히기

email 읽는 법 : ana@yahoo.com: "a⁻n⁻a⁻ a còng⁻yahoo chấm com"

@ =a còng (=a móc)
　아　꽁　아　목

- **số mấy?**
소　머이　　　　　　　　몇 번입니까?

- **điện thoại di động**
디엔 토아이 지 동　　　　이동전화(핸드폰)

- **tôi nghe đây**
또이 응에 더이　　　　　네, 여보세요(전화받을 때)

- **làm ơn**
람 언　　　　　　　　　실례하지만, 미안하지만

- **gặp**
갑　　　　　　　　　　　만나다

- **bận**
번　　　　　　　　　　바쁘다.

- **gọi (điện thoại)**
고이 (디엔 토아이)　　(전화를) 걸다

- **gửi thư**
그이 트　　　　　　　　편지를 보내다

- **địa chỉ**
디아 찌　　　　　　　　주소

- **đường**
드엉　　　　　　　　　길, 거리

- **quận**
꿘　　　　　　　　　　군(행정구역)

- **máy nhắn tin**
마이 냔 띤　　　　　　삐삐

문법 설명

1. "*số mấy?*"(소 머이) : "*mấy*"(머이) 수량이나 수를 물을 때 쓰는 말

예문

문 Điện thoại của anh số *mấy?*   (당신 전화번호는 몇 번 입니까?)
디엔　토아이　꾸어　아잉　소　머이

답 Điện thoại của tôi số 0980 008 230.
디엔　토아이　꾸어　또이　소　콩찐땀콩콩콩땀하이바콩

(제 번호는 0980 008 230입니다.)

문 Hôm nay là ngày *mấy?*   (오늘이 며칠입니까?)
홈　나이　라　응아이　머이

답 Hôm nay là ngày *15.*   (오늘은 15일 입니다.)
홈　나이　라　응아이　므어이　람

주의

※ "Điện thoại của tôi số 0980 008 230".

이란 문장은 다음과 같이 쓰기도 한다.

"Số điện thoại của tôi là 0980 008 230.

※ mấy와 bao nhiêu는 수량을 묻는 단어로 명사 앞에 온다.

예문

문 Toà nhà này có *mấy tầng?*   (이 집은 몇 층입니까?)
또아　냐　나이　꼬　머이　떵

답 Toà nhà này có *8 tầng.*   (이 집은 8층입니다.)
또아　냐　나이　꼬　땀　떵

문 Gia đình cô có *mấy người?*   (당신 가족은 몇 명입니까?)
쟈　딩　꼬　꼬　머이　응어이

답 Gia đình tôi có *4 người.*   (저의 가족은 4명입니다.)
쟈　딩　또이　꼬　본　응어이

2. "*Làm ơn cho tôi……*" : (람언 쪼 또이) 듣는 사람에게 미안한 마음을 가
   지고 부탁할 때 사용한다.

예문

Làm ơn cho tôi gặp anh Park.
람　언　쪼　또이　갑　아잉　빡

박군을 만나게 해주세요(＝박군 좀 바꿔주세요.)

Làm ơn cho tôi 2 chai bia.
람　언　쪼　또이　하이　짜이　비어

(맥주 2병 주세요.)

Làm ơn cho tôi hỏi: khách sạn Rex ở đâu?
람　언　쪼　또이　호이 :　카익　산　렉스　어　더우

(말씀 좀 여쭙겠습니다. 렉스호텔이 어디예요?)

3. 주소 묻기

문 Địa chỉ của ……………*ở đâu?*　　　(주소가 어디입니까?)
디아　찌　꾸어 …………….어　더우

답 Địa chỉ của……. *số*…… *đường* ……*quận*…….
디아　찌　꾸어……… 소 ……… 드엉 ………… 꿘

(군, 로, 번지… 입니다.)

4. 주의

동사 "gửi"와 "gọi" 뒤에는 "cho"를 사용한다.

예문

Tôi gửi thư cho giáo sư Kim.
또이　그이　트　쪼　쟈오　스　김

(저는 김 교수님에게 편지를 보냅니다.)

Tôi gọi điện thoại cho cô Choi.
또이　고이　디엔　토아이　쪼　꼬　최

(저는 최양에게 전화를 겁니다.)

Anh gửi email cho *ai*?
아잉 그이 이메일 쪼 아이

(당신 누구한테 이메일을 보냈습니까?)

Tôi gửi email cho *cô Lee*.
또이 그이 이메일 쪼 꼬 리

(이양에게 이메일을 보냈습니다.)

3단계

연 습 문 제

1. 전화번호 묻고 답하기를 연습하시오.

문 Điện thoại của anh số mấy?

답 Số điện thoại của tôi là 870 5467.

a) Điện thoại của chị Lee số mấy?

   – _______________0980 546 732.

b) Điện thoại của anh Park số mấy?

   – _______________879 9090.

c) Điện thoại của thầy Nam số mấy?

   – _______________0957 823 481.

d) Điện thoại di động của cô Thu số mấy?

   – _______________0907 768 565.

2. 다음을 읽고 질문에 답하시오.

Cô Lan sống ở thành phố Hồ Chí Minh. Địa chỉ của cô ấy là số 45 đường 3 tháng 2, quận 11. Số Điện thoại của cô Lan là 866 4356. Và số điện thoại di động của cô là số 0988 067 982. Cô Lan làm việc ở trường đại học. Cô ấy là thư ký. Văn phòng của cô ở tầng 4. Cô ấy không có email.

Cô Lan sống ở đâu?

– ____

Địa chỉ của cô Lan ở đâu?

– ____

Điện thoại của cô ấy số mấy?

– ____

Điện thoại di động của cô Lan số mấy?

– ____

Cô Lan làm việc ở đâu?

– ____

Cô ấy làm gì?

– ____

Văn phòng của cô ở tầng mấy?

– ____

Cô Lan có email không?

– ____

3. 다음 전단을 읽고 질문을 만들고 답하시오.

Trường Đại học Ngoại ngữ

thành phố Hồ Chí Minh

Khoa Đông Phương

Giáo sư TRẦN THANH TÙNG

Văn phòng :	Nhà :
8 đường Sổ Vạn Hạnh, quận 10	14 Bùi Minh Trực, quận 8
Tầng 5	
ĐT : 872 5565	ĐT: 855 7677
Fax : 84 8 868 6823	HP: 0905 435 532

a) ____?

– ____

b) ____ ?

   – ____

c) ____ ?

   – ____

d) ____ ?

   – ____

e) ____ ?

   – ____

f) ____ ?

   – ____

g) ____ ?

   – ____

h) ____ ?

   – ____

4. 아래의 단어들을 순서에 맞도록 정리하시오.

    gửi sách/ tôi / cho / anh Park.

    Tôi gửi sách cho anh Park.

a) có/ điện thoại / anh / không?

____ ?

b) ở đâu/ của anh / địa chỉ?

____ ?

c) là gì/ tên / anh?

____ ?

d) Hàn Quốc / người / là / cô Lee / phải không?

____ ?

e) mua / muốn / tôi / từ điển / một quyển.

____ .

f) gọi / cái này / tiếng Việt / là gì?

____ ?

표현 배우기

BÀI ĐỌC

Hiện nay, nhiều người Việt Nam có điện thoại nhà riêng và điện
히엔 나이 니에우 응어이 비엣 남 꼬 디엔 토와이 냐 지엥 바 디엔

thoại di động. Điện thoại rất thuận tiện. Trên đường, có nhiều trạm
토와이 지 동 디엔 토와이 젓 투언 띠엔 쩬 드엉 꼬 니에우 짬

điện thoại công cộng. Chúng ta có thể mua thẻ điện thoại ở bưu
디엔 토와이 꽁 꽁 쭝 따 꼬 테 무어 테 디엔 토와이 어 브우

điện. Một thẻ điện thoại là 50.000 đồng.
디엔 못 테 디엔 토아이 라 남므어이응인 동

Từ Hàn Quốc, cô Lee gọi điện thoại cho anh Park. Cô Lee phải
뜨 한 꾸옥 꼬 리 고이 디엔 토와이 쪼 아잉 빡 꼬 리 파이

nhấn số 84 -8- 800 0933. Số 84 là mã quốc gia Việt Nam, số 8 là
년 소 소 땀(므어이)본라 마 꾸옥 쟈 비엣 남 소 땀라

mã vùng của thành phố Hồ Chí Minh, số 800 0933 là số điện thoại
마 붕 꾸어 타잉 포 호 찌 밍 소 라 소 디엔 토와이

của anh Park.
꾸어 아잉 빡

오늘날, 많은 베트남인들은 개인전화와 휴대폰을 가지고 있습니다.
전화는 매우 편리합니다. 길에는 많은 공중전화가 있습니다. 우리는 우체국에서
전화카드를 살 수 있습니다. 카드1장에 5만동입니다.
한국에서부터 리양은 박군에게 전화를 걸었습니다. 리양은 84-8-800933번을
눌러야만 합니다. 84는 베트남번호이고, 8은 호치민씨티 번호이고, 8000933은
박군의 전화번호 입니다.

- **thuận tiện** 편리하다
  투언 띠엔

- **trên đường** 길에서
  쩬 드엉

- **50.000=năm mươi ngàn(nghìn)**
  남 므어이 응안 응인

• trạm điện thoại công cộng   공중전화
짬 디엔 토아이 꽁 꽁

• có thể   ~할 수 있다
꼬 테

• điện thoại nhà riêng   자택전화
디엔 토아이 냐 지엥

• bưu điện   우체국
브우 디엔

• phải   ~해야한다
파이

• nhấn   누르다
년

• thẻ điện thoại   전화카드
테 디엔 토아이

⊙ 질문에 답하시오.

a) Hiện nay, có nhiều người Việt Nam sử dụng điện thoại không?

b) Điện thoại thế nào?

c) Trên đường có cái gì?

d) Chúng ta có thể mua thẻ điện thoại ở đâu?

e) Một thẻ điện thoại bao nhiêu tiền?

f) Từ Hàn Quốc, cô Lee gọi điện thoại cho ai?

g) Cô Lee phải nhấn số mấy?

8

TÔI MUỐN THUÊ MỘT PHÒNG
방 한 개를 빌리고 싶습니다.

Nữ tiếp tân : A lô!
느 띠엡 떤 알로

Anh Lee : A lô! Đấy là khách sạn Sài Gòn phải không?
아잉 리 알로 더이 라 카익 산 사이 곤 파이 콩

Nữ tiếp tân : Dạ phải. Anh cần gì ạ?
느 띠엡 떤 자 파이 아잉 껀 지 아

Anh Lee : Tôi muốn thuê một phòng.
아잉 리 또이 무온 투에 못 퐁

Nữ tiếp tân : Loại nào ạ?
느 띠엡 떤 로아이 나오 아

Anh Lee : Cô có phòng đơn không?
아잉 리 꼬 꼬 퐁 던 콩

Nữ tiếp tân : Dạ có. 15 đô-la một ngày. Phòng có máy lạnh,
느 띠엡 떤 자 꼬 므어이람 도라 못 응아이 퐁 꼬 마이 라잉

điện thoại, tủ lạnh và ti vi.
디엔 토아이 뚜 라잉 바 띠 비

Anh Lee : Còn phòng đôi?
아잉 리 꼰 퐁 도이

Nữ tiếp tân : Dạ, chúng tôi hết phòng đôi rồi.
느 띠엡 떤 자 쭝 또이 헷 퐁 도이 조이

Anh Lee : Cám ơn. Chào cô!
아잉 리 깜 언 짜오 꼬

Nữ tiếp tân : Không có chi. Chào anh!
느 띠 떤 콩 꼬 찌 짜오 아잉

Cô Hong : Tôi muốn thuê một phòng ở ký túc xá!
꼬 홍 또이 무온 투에 못 퐁 어 끼 뚝 싸

Người hướng dẫn : Dạ! vâng.
응어이 흐엉 전 자 벙

Cô Hong : Tôi cũng muốn thuê một xe máy.
꼬 홍 또이 꿍 무온 투에 못 쎄 마이

Người hướng dẫn : Cô chạy xe máy được không?
응어이 흐엉 전 꼬 짜이 쎄 마이 드억 콩

Cô Hong : Dạ được.
꼬 홍 자 드억

Người hướng dẫn : Cô thuê xe máy từ ngày mấy đến ngày mấy?
응어이 흐엉 전 꼬 투에 쎄 마이 뜨 응아이 머이 덴 응아이 머이

Cô Hong : Từ ngày mùng 1 đến ngày 21 tháng 3. Bao nhiêu tiền
꼬 홍 뜨 응아이 뭉 못 덴 응아이 하이못 탕 바 바오 니에우 띠엔

một ngày?
못 응아이

Người hướng dẫn : 30.000 đồng một ngày.
응어이 흐엉 전 바므어이 응인동 못 응아이

호텔여직원 : 여보세요
리 : 여보세요! 거기가 사이곤 호텔 맞습니까?
호텔여직원 : 네, 맞습니다. 무엇이 필요하세요?
리 : 저는 방 하나를 빌리고 싶습니다.
호텔여직원 : 어느 종류입니까?
리 : 싱글룸 있습니까?

호텔여직원 : 네, 있습니다. 하루에 15달러입니다. 방에는 에어컨, 전화기,
냉장고 그리고 TV가 있습니다.
리 : 그럼 더불룸은 어떻습니까?
호텔여직원 : 네, 저희는 남은 방이 없습니다.
리 : 감사합니다. 안녕히 계세요
호텔여직원 : 천만에요. 안녕히 계세요.

홍 : 저는 기숙사 방 하나를 빌리고 싶습니다.
안내원 : 아! 네
홍 : 저는 또한 오토바이 한대를 빌리고 싶습니다.
안내원 : 오토바이 운전 하실 수 있으세요?
홍 : 네, 할 수 있습니다.
안내원 : 오토바이를 언제부터 언제까지 빌리실 건가요?
홍 : 3월 1일부터 21일까지 입니다. 하루에 얼마입니까?
안내원 : 하루 30.000동입니다.

단어 익히기

- **tiếp tân** (띠엡 떤) — 호텔직원
- **nữ tiếp tân** (느 띠엡 떤) — 호텔여직원
- **a lô** (알로) — 여보세요
- **đấy là……** (더이 라) — 그것은 …….
- **khách sạn** (카익 산) — 호텔
- **cần** (껀) — 필요하다
- **được** (드억) — 가능하다
- **thuê** (투에) — 빌리다
- **loại nào?** (로아이 나오) — 어떤 종류?
- **phòng đơn** (퐁 던) — 싱글룸
- **phòng đôi** (퐁 도이) — 더블룸

- **đô -la (USD)** (돌 라) — US 달러
- **một ngày** (못 응아이) — 하루
- **tủ lạnh** (뚜 라잉) — 냉장고
- **hết……rồi.** (헷 … 조이) — (방이) 없다, 다 나갔다
- **người hướng dẫn** (응어이 흐엉 전) — 안내원
- **chạy (xe máy)** (짜이 쎄 마이) — (오토바이) 타다
- **lái (xe hơi)** (라이 쎄 허이) — (자동차) 운전하다
- **bao nhiêu?** (바오 니에우) — 얼마입니까?

문법 설명

1. ……ạ?(아)

예의있는 표현을 위해 의문문이나 대답의 끝에 사용한다.

    a) Anh có xe đạp không?
       아잉 꼬 쎄 답 콩

    Dạ có, tôi có xe đạp ạ!
       자 꼬 또이 꼬 쎄 답 아

    b) Anh tên gì ạ?
       아잉 뗀 지 아

    Tôi tên là Nam.
       또이 뗀 라 남

2. "주어＋서술어(동사)＋목적어(명사)＋*được không*?"

듣는 사람의 능력이나 가능성을 물을 때 사용한다.

    a) Anh uống bia *được không*?
       아잉 우옹 비어 드억 콩
    (당신은 맥주를 마실 수 있습니까?)

    b) Cô nói tiếng Việt *được không*?
       꼬 노이 띠엥 비엣 드억 콩

    (당신은 베트남어를 말할 수 있습니까?)

답변
긍정

    a) Dạ *được* (vâng, được). Tôi uống bia *được*.
       자 드억 벙 드억 또이 우옹 비어 드억
    (네 할 수 있습니다. 나는 맥주를 마실 수 있습니다.)

    b) Dạ *được* (vâng, được). Tôi nói tiếng Việt *được*.
       자 드억 벙 드억 또이 노이 띠엥 비엣 드억
    (네 할 수 있습니다. 나는 베트남어를 말할 수 있습니다.)

긍정

    a) Dạ *không được*. Tôi *không* uống bia *được*.
       자 콩 드억 또이 콩 우옹 비어 드억
    (네 못합니다. 나는 맥주를 마실 수 없습니다.)

    b) Dạ *không* được. Tôi *không* nói tiếng Việt *được*.
       자 콩 드억 또이 콩 노이 띠엥 비엣 드억
    (네 못합니다. 나는 베트남어를 말할 줄 모릅니다.)

3. " …*từ ngày mấy đến ngày mấy*"(뜨 응아이 머이 덴 응아이 머이)

~부터 ~까지의 일정한 시간을 물을 때 사용한다.

문 Anh đến Việt Nam từ ngày mấy đến ngày mấy?
아잉 덴 비엣 남 뜨 응아이 머이 덴 응아이 머이

(당신은 베트남에 언제부터 언제까지 있었습니까?)

답 Tôi đến Việt Nam từ ngày 12 đến ngày 25 tháng 3.
또이 덴 비엣 남 뜨 응아이 므어이하이 덴 응아이 하이므어이람 탕 바

(나는 베트남에 3월 12일부터 25일까지 있었습니다.)

주의 : "…*từ ngày nào đến ngày nào?*"를 "…*từ ngày mấy đến ngày mấy?*"와 같이 쓸 수 있다.

문 Anh đến Việt Nam từ ngày nào đến ngày nào?
아잉 덴 비엣 남 뜨 응아이 나오 덴 응아이 나오

답 Tôi đến Việt Nam từ ngày 12 đến ngày 25 tháng 3.
또이 덴 비엣 남 뜨 응아이 므어이하이 덴 응아이 하이므어이람 탕 바

3 단계

연 습 문 제

1. 숫자 읽기 연습하시오.

0 = không

100 = một trăm	110 = một trăm mười
101 = một trăm lẻ một	111 = một trăm mười một
102 = một trăm lẻ hai.	112 = một trăm mười hai…
105 = một trăm lẻ năm	115 = một trăm mười lăm
120 = một trăm hai mươi	121 = một trăm hai mươi mốt
…………………………	…………………………
150 = một trăm năm mươi.	155 = một trăm năm mươi lăm
200 = hai trăm	201 = hai trăm lẻ một

500 = năm trăm

999 = chín trăm chín mươi chín

1000 = một ngàn

1100 = một ngàn một trăm

1001 = một ngàn không trăm lẻ một

1101 = một ngàn một trăm lẻ một

2000 = hai ngàn

10.000 = mười ngàn

2. 다음 숫자를 읽고 쓰시오.

예문 565 = năm trăm sáu mươi lăm.

a) 867 = _______________________________________

b) 321 = _______________________________________

c) 202 = _______________________________________

d) 955 = _______________________________________

e) 1011 = _______________________________________

f) 2321 = _______________________________________

g) 4002 = _______________________________________

h) 5555 = _______________________________________

i) 4047 = _______________________________________

j) 10991 = _______________________________________

3. 숫자를 쓰시오.

예문 Hai trăm lẻ tám 208

a) Bảy ngàn ba trăm bốn mươi hai   _______________________

b) Một ngàn năm trăm sáu mươi sáu   _______________________

c) Ba trăm tám mươi chín   _______________________

d) Năm trăm lẻ năm   _______________________

e) Một ngàn không trăm mươi lăm   _______________________

f) Tám ngàn bốn trăm năm mươi lăm   _______________________

____

(1) *lẻ* : 남부발음, linh : 북부발음

(2) *ngàn* : 남부발음, nghìn : 북부발음

4. 다음 단어들을 이용해 질문을 만들고 답하시오.

예문 Anh Park / lái xe/   Anh Park lái xe được không?
                              Dạ được, anh Park lái xe được.

a) Anh Bình/ nói tiếng Anh

____?

Dạ không được, _________________________________

b) Ông Nam / chơi bóng bàn

____?

Dạ được, _______________________________________

c) Anh / sử dụng máy vi tính

____?

Dạ được, _______________________________________

d) Cô Lee/ chạy xe máy

____?

Dạ không được, _________________________________

e) Anh Kim/ làm việc ở Việt Nam

____?

Dạ được, _______________________________________

표현 따라하기 

BÀI ĐỌC

Đây là nhật ký của cô Park :
더이 라 녓 끼 꾸어 꼬 · 빡

"Tôi đến Việt Nam từ ngày mùng 1 đến ngày 20 tháng 3. Tôi sống ở
또이 덴 비엣 남 뜨 응아이 뭉 못 덴 응아이 하이므어이 탕 바 또이 송 어

Hà Nội từ ngày mùng 1 đến ngày mùng 7. Tôi thuê một phòng ở
하 노이 뜨 응아이 뭉 못 덴 응아이 뭉 버이 또이 투에 못 퐁 어

khách sạn Hồ Tây. Tôi thuê một phòng đơn, 70.000 đồng một ngày.
카익 산 호 떠이 또이 투에 못 퐁 던 버이므어이응인 동 못 응아이

Tôi chạy xe máy được cho nên tôi thuê một xe máy, 30.000 đồng
또이 짜이 쎄 마이 드억 쪼 넨 또이 투에 못 쎄 마이 바므어이응인 동

một ngày. Tôi sống ở thành phố Hồ Chí Minh từ ngày mùng 8 đến
못 응아이 또이 송 어 타잉 포 호 찌 민 뜨 응아이 뭉 땀 덴

ngày 20. Tôi sống ở nhà của cô Hong. Nhà của cô Hong rất đẹp.
응아이하이므어이또이 송 어 냐 꾸어 꼬 홍 냐 꾸어 꼬 홍 젓 뎁

Hiện nay, thành phố Hồ Chí Minh nóng hơn Hà Nội. Ngày 21,
히엔 나이 타잉 포 호 찌 밍 농 헌 하 노이 응아이 하이므어이못

tôi trở về Hàn Quốc".
또이 쩌 베 한 꾸옥

이것은 박양의 일기이다.
나는 베트남에 3월 1일부터 20일까지 있었다. 나는 하노이에 1일부터 7일까지 살았다. 나는 호떠이 호텔에서 방 하나를 빌렸다. 나는 하루에 70000동하는 싱글룸을 하나 빌렸다. 나는 오토바이를 몰 줄 알아서 하루에 30000동하는 오토바이 한대를 빌렸다. 나는 8일부터 20일까지 호치민시에 살았다. 나는 Hong양의 집에서 살았다. Hong양의 집은 매우 아름답다. 최근에는 호치민시가 하노이시보다 더 덥다. 21일에 나는 한국으로 돌아왔다.

• nhật ký 넏 끼	일기	• nóng 농	덥다
• cho nên 쪼 넨	그래서	• hơn 헌	~보다 더
• hiện nay 히엔 나이	요즈음	• trở về 쩌 베	돌아가다

◉ bài đọc에 맞추어 질문을 만들고 답하시오.

예문 Cô Park đến Việt Nam từ ngày mấy đến ngày mấy?

Cô Park đến Việt Nam từ ngày mùng 1 đến ngày 20 tháng 3.

a) ____ ?

b) ____ ?

c) ____ ?

d) ____ ?

e) ____ ?

f) ____ ?

g) ____ ?

h) ____ ?

9

Ở TIỆM CÀ PHÊ
커피숍에서

Người phục vụ : Anh uống gì? (xem thực đơn)
응어이 푹 부 아잉 우옹 지 (쎔 특 던)

Anh Bình : Cho tôi một ly cà phê đá.
아잉 빙 쪼 또이 못 리 까 페 다

Cô Lee uống gì?
꼬 리 우옹 지

Cô Lee : Ở đây có nước dừa không?
꼬 리 어 더이 꼬 느억 즈어 콩

Người phục vụ : Dạ có.
응어이 푹 부 자 꼬

Cô Lee : Cho tôi một ly nước dừa.
꼬 리 쪼 또이 못 리 느억 즈어

Người phục vụ : Có đá không ạ?
응어이 푹 부 꼬 다 콩 아

Cô Lee : Dạ không, xin đừng cho đá!
꼬 리 자 콩 씬 등 쪼 다

Cô Lee : Nước dừa ngon quá!
꼬 리 느억 즈어 응온 꽈

Anh Bình : Thế à!
아잉 빙 테 아

Cô Lee : Tôi thích nước dừa. Nước dừa ngon hơn nước cam.
꼬 리 또 틱 느억 즈어 느억 즈어 응온 헌 느억 깜

Anh Bình : Còn tôi, tôi thích cà phê. Đặc biệt là cà phê sữa. Cà
아잉 빙 꼰 또이 또이 틱 까 페 닥 비엣 라 까 페 스어 까

phê sữa ngon hơn cà phê đá.
페 스어 응온 헌 까 페 다

Cô Lee : Tôi không thích cà phê. Tôi cũng không thích trà đá.
꼬 리 또이 콩 틱 까 페 또이 꿍 콩 틱 짜 다

Anh Bình : (gọi người phục vụ) Anh ơi, tính tiền! Bao nhiêu ạ?
아잉 빙 (고이 응어이 푹 부) 아잉 어이 띵 띠엔 바오 니에우 아

Người phục vụ : Dạ, tất cả là 10.000 đồng.
응어이 푹 부 자 떳 까 라 므어이 응인 동

Cô Lee : Cà phê ở Việt Nam rẻ hơn cà phê ở Hàn Quốc.
꼬 리 까 페어 비엣 남 제 헌 까 페 어 한 꾸옥

종업원　　　 : 무엇을 드시겠습니까? (메뉴를 보다)
빙　　　　　 : 아이스 커피 한잔 주세요. 리 선생님 무엇을 드시겠습니까?
리 선생님　 : 여기에 코코넛 주스가 있습니까?
종업원　　　 : 네 있습니다.
리 선생님　 : 저에게 코코넛 주스 한잔 주세요.
종업원　　　 : 얼음을 넣어드릴까요?
리 선생님　 : 아니요. 얼음을 넣지 말아주세요.

리 선생님　 : 코코넛 주스 참 맛있네요!
빙　　　　　 : 그래요?
리 선생님　 : 전 코코넛 주스를 좋아합니다. 코코넛주스는 오렌지 주스보다 맛있어
　　　　　　　 요.
빙　　　　　 : 저는 커피를 좋아합니다. 특히 밀크커피를 좋아해요. 밀크커피는 아
　　　　　　　 이스커피보다 맛있습니다.

리 선생님　 : 저는 커피를 싫어합니다. 저는 또한 아이스 녹차도 싫어합니다.
빙　　　　　 : (종업원을 부르다) 저기요, 계산이요! 전부 얼마입니까?
종업원　　　 : 네 전부 10000동입니다.
리 선생님　 : 베트남 커피는 한국보다 쌉니다.

단어 익히기

• tiệm (=quán) cà phê 띠엠 (꽌) 까 페	커피숍
• uống 우옹	마시다
• xem 쎔	보다
• thực đơn 특던	메뉴(식단)
• ly 리	잔(종별사)
• cà phê đá 까 페 다	아이스커피
• nước dứa 느억 즈어	코코넛 주스
• đá 다	얼음
• xin đừng…. 씬 등	～하지 마세요
• cho (đá) :	(얼음을) 넣다.
• ngon 응온	맛있다
• thế à! 테 아	그래요?
• đặc biệt là… 닥 비엣 라	특별히
• cà phê sữa 까 페 스어	밀크커피
• gọi 고이	부르다
• tính tiền 띵 띠엔	계산하다
• tất cả 떳 까	모두
• rẻ 제	싸다

문법 설명

1. "gì"(지) 사용한 질문(3과 문법 2번 참고)

예문

Anh học *gì?*
아잉 혹 지
(당신은 무엇을 공부하세요?)

Tôi học *tiếng Việt.*
또이 혹 띠엥 비엣
(저는 베트남어를 공부합니다.)

Anh Kim xem *gì?*
아잉 김 쎔 지
(김씨는 무엇을 보십니까?)

Anh Kim xem *ti vi.*
아잉 김 쎔 띠비
(김씨는 티비를 봅니다.)

Cô Lan đọc *gì?*
꼬 란 독 지
(란 선생님은 무엇을 읽습니까?)

Cô Lan đọc *sách.*
꼬 란 독 사익
(란 선생님은 책을 읽습니다.)

● 어느 한 사람이 우리들에게 물을 때

Anh *uống* gì?
아잉 우옹 지
(당신은 무엇을 마시겠습니까?)

Cô *ăn* gì?
꼬 안 지
(무엇을 드시겠습니까?)

Anh *dùng* gì?
아잉 중 지
(무엇을 드시겠습니까?)

● 우리들은 다음과 같이 대답해야만 한다

Cho tôi một ly cà phê đá.
쪼 또이 못 리 까 페 다
(저에게 아이스커피 한 잔 주세요.)

Cho tôi một tô phở.
쪼 또이 못 또 퍼

(저에게 퍼 한 그릇 주세요)

→ "Cho tôi…."
쪼 또이

(예의 있게 말하는 방식)

2. "Xin đừng + động từ……… ".(씬 등+동사)

어떠한 일을 하지 않도록 제의하거나 요구할 때

Xin *đừng* hút thuốc.
씬 등 홋 투옥

(담배를 피지 말아주세요.)

Xin *đừng* mở cửa.
씬 등 머 끄어

(문을 열지 말아주세요.)

3. 비교급

베트남어에는 3가지 비교급이 있다 : so sánh bằng(소사잉방), so sánh hơn(소사잉헌), so sánh nhất(소사잉녓).

a) *So sánh bằng*(소사잉방) : (동등비교)

Anh Nam cao BẰNG tôi.
아잉 남 까오 방 또이

(Nam씨는 키가 나와 같다.)

또는 :

Anh Nam cao NHƯ tôi.
아잉 남 까오 니으 또이

(Nam씨는 키가 나와 같다.)

모형 : A+ 형용사+BẰNG (또는 NHƯ)+B

b) *So sánh hơn*(소사잉헌) : (우등비교)

Cô Lan đẹp HƠN cô Thu.
꼬 란 뎁 헌 꼬 투

(Lan양은 Thu양보다 아름답다.)

모형 : | A ＋ 형용사 ＋ HƠN ＋ B |

c) *So sánh nhất*(소사잉녓) : (최상급)

Cô Thu cao. Cô Lan cao hơn cô Thu. Cô Hà cao NHẤT.
꼬 투 까오 꼬 란 까오 헌 꼬 투 꼬 하 까오 녓

(꼬투는 크다. 꼬란은 꼬투보다 더 크다. 꼬하는 가장 크다.)

모형 : | A ＋ 형용사 ＋ NHẤT |

3 단계

연 습 문제

1. 메뉴를 읽고 질문에 답하시오.

Cà phê đen nóng	3.000đ/ ly
Cà phê đen đá	5.000đ/ ly
Cà phê sữa nóng	4.000đ/ ly
Cà phê sữa đá	7.000đ/ ly
Đá chanh	5.000đ/ ly
Nước cam	10.000đ/ ly
Dừa	5.000đ/ trái
Kem ly	7.000đ/ ly
Coca Cola	8.000đ / lon
Pepsi	3.500đ/ chai
Bia Tiger	8.000đ/ chai
Bia 33	8.000đ/ lon

a) 질문을 완성하고 메뉴에 따른 답을 하시오.
   Sinh viên 1 : Anh uống gì?

Sinh viên 2 : Cho tôi _______________________________________

Sinh viên 1 : Ở đây có ____________________________________?

Sinh viên 2 : Cho tôi____________________________________

Sinh viên 1 : Anh ơi, tính tiền!

Sinh viên 2 : Tất cả là _________________________________

b) 질문을 완성하고 메뉴에 따른 답을 하시오.

   Sinh viên 1 : Bao nhiêu tiền một ly cà phê đen đá?

   Sinh viên 2 : ____

2. "Xin đừng⋯⋯⋯⋯⋯"을 사용하여 다음 상황에 맞게 문장을 만드시오.

   예문 Yêu cầu anh Bình không hút thuốc trong căn tin:

   Xin đừng hút thuốc!

   a) Đề nghị người phục vụ không cho đá vào nước dừa:

   ____

   b) Đề nghị cô Lee không mở ti vi.

   ____

   c) Yêu cầu anh Minh không đóng cửa.

   ____

   d) Yêu cầu cô Lan không sử dụng máy vi tính:

   ____

3. 비교문장을 만드시오.

   a) Cô Lan cao 1,60m.   Cô Lan_____________________
      Cô Lee cao 1,60m

   b) Cà phê đen 3.000 đ / ly   Cà phê đen_________________
      Cà phê đá 5.000 đ / ly

   c) Cocacola 8.000đ / lon   Coca cola__________________
      Pepsi 3.500 đ / chai

   d) Anh Bình nặng 65 Kg.   Anh Park___________________
      Anh Sơn nặng 70 Kg.
      Anh Park nặng 75 Kg.

e) Từ điển Việt-Hàn giá 20.000 đồng.

Từ điển Việt-Anh giá 30.000 đồng.

Từ điển Việt-Anh_________________

4. So sánh bằng(동등비교), so sánh hơn(우등비교), so sánh nhất (최상급)을 나타내는 문장을 주어진 단어에 따라 만드시오.

 cao → Anh Bình cao bằng (như) anh Nam.

Anh Bình cao hơn anh Nam.

Anh Bình cao nhất.

-đẹp -rẻ   -mắc   -cao   -mới
-cũ   -lạnh   -nóng -vui   -trẻ

표현 배우기

BÀI ĐỌC

Ở Hà Nội và thành phố Hồ Chí Minh có nhiều tiệm cà phê. Người
어 하 노이 바 타잉 포 호 찌 밍 꼬 니에우 띠엠 까 페 응어이

Việt Nam thích uống cà phê. Người Việt Nam thường uống cà phê
비엣 남 틱 우옹 카 페 응어이 비엣 남 트엉 우옹 카 페

vào buổi sáng.
바오 부오이 상

Tiệm cà phê ở thành phố Hồ Chí Minh có hai loại: tiệm cà phê bình
띠엠 까 페어 타잉 포 호 찌 밍 꼬 하이 로와이 띠엠 까 페 빙

dân và tiệm cà phê sang trọng.
전 바 띠엠 까 페 상 쫑

Ở tiệm cà phê bình dân, giá rẻ. Còn ở các tiệm cà phê sang trọng giá
어 띠엠 까 페 빙 전 자 제 꼰 어 깍 띠엠 까 페 상 쫑 자

mắc hơn. Người Việt Nam thích uống cà phê, nước dừa, Coca Cola,
막 헌 응어이 비엣 남 틱 우옹 까 페 느억 즈어 꼬까 꼴라

---

bia với đá. Tiệm cà phê thường mở cửa lúc 6:00 sáng và đóng cửa
비어 버이 다 띠엠 까 페 트엉 머 끄어 룩 사우저 상 바 동 끄어

vào lúc 10:00 tối.
바오 룩 므어이저 또이

하노이와 호치민에는 많은 커피점이 있습니다. 베트남 사람들은 커피마시기를 좋
아합니다. 베트남 사람들은 보통 아침에 커피를 마십니다.
호치민의 커피점에는 두가지 종류가 있습니다: 보통 커피점과 전문적인 커피점이
있습니다.
보통 커피점은 가격이 쌉니다. 전문적인 커피점은 가격이 더 비쌉니다. 베트남 사
람들은 커피, 코코넛주스, 콜라, 얼음이 든 맥주를 좋아합니다.
커피점은 보통 아침 6시에 열어서 밤 10시에 문을 닫습니다.

• thích 틱	좋아하다	• sang trọng 상 쫑	고급스럽다
• mắc 막	비싸다	• đóng cửa 동 끄어	문을 닫다
• bình dân 빙 전	일반(보통)	• giá 자	가격
• mở cửa 머 끄어	문을 열다		

◉ 위 본문에 따른 질문을 만들고 답하시오.

a) Ở Hà Nội và thành phố Hồ Chí Minh có nhiều tiệm cà phê không?

   − Dạ có, ở Hà Nội và thành phố Hồ Chí Minh có nhiều tiệm cà phê.

b) Người Việt Nam thích uống gì?

   − _______________________________________

c) _______________________________________?

   − _______________________________________

d) _______________________________________?

   − _______________________________________

e) _______________________________________?

   − _______________________________________

f) _______________________________________?

   − _______________________________________

Ở QUÁN ĂN
음식점에서

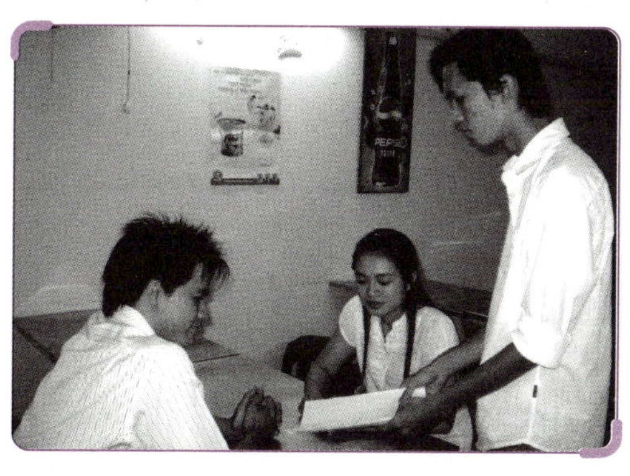

Cô Lan : A lô, chị Lee phải không?
꼬 란 알로 찌 리 파이 콩

Cô Lee : Dạ phải, chào Lan.
꼬 리 자 파이 짜오 란

Cô Lan : Bây giờ chị đang làm gì?
꼬 란 버이 지어 찌 당 람 지

Cô Lee : Tôi đang xem ti vi.
꼬 리 또이 당 쎔 띠비

Cô Lan : Chúng ta đi ăn cơm đi!
꼬 란 쭝 따디안 껌 디

Cô Lee : Ăn cơm ở đâu?
꼬 리 안 껌 어 더우

Cô Lan : Ở quán ăn Việt Nam. Chị Lee ăn món ăn Việt Nam
꼬 란 어 꽌 안 비엣 남 찌 리안 몬 안 비엣 남

được không?
드억 콩

Cô Lee : Dạ được. Chúng ta đi đi!
꼬 리 자 드억 쭝 따디 디

Người phục vụ : Chị dùng gì?
응어이 푹 부 찌 중 지

Cô Lan : Chờ một chút. Chị Lee chọn món ăn đi!
꼬 란 쩌 못 쭛 찌 리 쫀 몬 안 디

Cô Lee : (xem thực đơn) Tôi thích món súp cua, chả giò, cơm
꼬 리 쎔 특 던 또이 틱 몬 숩 꾸어 짜 조 껌

chiên.
찌엔

Cô Lan : Chị ăn lẩu dê được không?
꼬 란 찌 안 러우 제 드억 콩

Cô Lee : Dạ không được. Tôi không ăn được lẩu dê.
꼬 리 자 콩 드억 또이 콩 안 드억 러우 제

Anh Bình : Anh Nam đang làm gì?
아잉 빙 아잉 남 당 람 지

Anh Nam : Tôi đang đọc báo.
아잉 남 또이 당 독 바오

Anh Bình : Còn chị Hoa đang làm gì?
아잉 빙 꼰 찌 호아 당 람 지

Anh Nam : Chị Hoa đang nấu ăn. Hôm nay, chị ấy muốn nấu phở.
아잉 남 찌 호아 당 너우 안 홈 나이 찌 어이 무온 너우 퍼

Anh Bình : Hay quá! Tôi rất thích phở.
아잉 빙 하이 꽈 또이 젓 틱 퍼

란 : 여보세요, '리' 맞지?
리 : 그래 맞아, 안녕 '란'
란 : 지금 뭐하고 있어?
리 : 나는 지금 TV를 보고 있는 중이야.
란 : 우리 밥 먹으러 가자.
리 : 어디에서 밥을 먹지?

란 : 베트남 음식점에서. 베트남 음식을 먹을 수 있니?
리 : 응, 먹을 수 있어. 우리 가자!

종업원 : 무엇을 드시겠어요?
란 : 잠깐만 기다려주세요. '리'가 음식을 골라봐!
리 : (메뉴를 보고) 나는 게 수프와 만두, 볶음밥을 좋아해.
란 : 너 염소탕 먹을 수 있니?
리 : 아니, 못 먹어. 나는 염소탕을 먹지 못해.

빙 : 지금 뭐하고 있습니까?
남 : 나는 신문을 읽고 있는 중입니다.
빙 : '호아'는 뭐하고 있습니까?
남 : '호아'는 요리하고 있습니다. 오늘, 그녀는 '퍼'를 요리하고 싶어합니다.
빙 : 좋아요! 나는 '퍼'를 매우 좋아합니다.

단어 익히기

• bây giờ 버이 저	지금
• chả giò (nem) 짜 죠 넴	베트남 만두, 북쪽에서는 거오내
• đang 당	~하고 있다(진행)
• cơm chiên (cơm rang) 껌 찌엔 (껌 장)	볶음밥, (북쪽에서는 cơm rang)
• đi 디	가다(동사)
• lẩu dê 러우 제	염소탕
• đi 디	가다(조동사)
• nấu ăn 너우 안	음식을 만들다
• ăn 안	먹다
• nấu 너우	요리하다
• món ăn 몬 안	음식
• phở 퍼	베트남 쌀국수
• chờ một chút 쩌 못 쭛	잠깐 기다리다
• thế thì 테 티	그러면
• chọn 쫀	고르다
• hay quá (=thú vị quá) 하이 꽈 (투 비 꽈)	매우 재미있다
• súp cua 숩 꾸어	게수프

문법 설명

1. 동사 "đi" : (디)

동사 "đi"는 명사, 동사와 결합할 수 있다.

예문

Chị Lee đi chợ.
찌 리 디 쩌

('리'는 시장에 간다.)

Tôi đi du lịch Việt Nam.
또이 디 주 릭 비엣 남

(나는 베트남에 여행하러 간다.)

Tôi đi học lúc 8:00.
또이 디 혹 룩 땀저

(나는 8시에 공부하러 간다.)

Anh Hoa đi làm lúc 8:20.
아잉 호아 디 람 룩 땀저 하이므어이

('호아'는 8시20분에 일하러 간다.)

Tôi đi chơi công viên.
또이 디 쩌이 꽁 비엔

(나는 공원에 놀러 간다.)

Tôi đi ngủ lúc 11:00 đêm.
또이 디 응우 룩 므어이 못 저 뎀

(나는 밤 11시에 자러 간다.)

예문

주어＋đi＋đâu?

예문

Chị Lee đi đâu? Chị Lee đi chợ.
찌 리 디 더우 찌 리 디 쩌

('리'는 어디가니? '리'는 시장에 간다.)

Anh đi đâu? Tôi đi du lịch Việt Nam.
아잉 디 더우 또이 디 주 릭 비엣 남

(어디가니? 나는 베트남에 여행하러 간다.)

2. 조동사 "đi" : (디)

요구, 제의, 명령을 나타내기 위해서 문장끝이나 동사 뒤에 위치한다.

Anh nói *đi*!   (말해 보세요!)
아잉 노이 디

Chúng ta đi *đi*!   (우리 가자!)
쭝   따 디 디

Chúng ta đi ăn cơm *đi*!   (우리 밥 먹으러 가자!)
쭝   따 디 안 껌 디

3. 부사 "*đang*" : (당)

아직 끝나지 않고 진행중에 있는 행동을 표현하기 위해 동사앞에 위치한다.

Tôi đang học tiếng Việt.
또이 당 혹 띠엥 비엣
(나는 베트남어를 공부하는 중이다.)

Chúng tôi đang ăn trưa.
쭝 또이 당 안 쯔어
(우리는 점심을 먹고 있는 중이다.)

주어 + đang + làm gì?

Anh đang làm gì?   Tôi đang học tiếng Việt.
아잉 당 람 지   또이 당 혹 띠엥 비엣

(뭐하고 있니?   나는 베트남어를 공부하는 중이야.)

Các anh đang làm gì vậy?   Chúng tôi đang ăn trưa.
깍 아잉 당 람 지 버이   쭝 또이 당 안 쯔어

(당신(너희)들은 무엇을 하고 있습니까? 우리는 점심을 먹고 있습니다.)

연습 문제

1. 적합한 단어를 밑의 문장에 넣으시오.

a) Tôi *đi du lịch* Việt Nam từ ngày mùng 2 đến ngày mùng 10 tháng 5.

b) Mẹ tôi *đi* __________ Bến Thành.

c) Cô Lee *đi* __________ lúc 8:00 sáng.

d) Chúng tôi *đi* __________ ở quán ăn Việt Nam.

e) Anh Park *đi* __________ lúc 8:20. Anh ấy đến công ty lúc 8:30.

f) Buổi tối, tôi thường *đi* __________ lúc 11:15.

g) Chúng ta *đi* __________ công viên đi!

2. 아래의 문장들을 부사 "*đi*"를 넣어서 명령문으로 만드시오.

예문 Anh Park ăn cơm → Anh Park ăn cơm đi !

a) Chúng ta đi tiệm cà phê. → __________________

b) Anh Park gửi thư cho cô Lee. → __________________

c) Chị Hoa mua máy vi tính. → __________________

d) Anh Bình chạy xe máy. → __________________

3. 적합한 동사들을 채워 넣으시오.

a) Tôi đang __________________ sách.

b) Chị Hoa đang __________________ ti vi.

c) Anh Bình đang __________________ cà phê.

d) Chúng tôi đang ______ xe máy, còn cô Lan đang ______ xe hơi.

e) Mẹ tôi đang __________________ chợ Bến Thành.

f) Chúng tôi đang __________________ tiếng Việt.

g) Họ đang __________________ bóng bàn.

h) Anh Park đang __________________ nhạc.

i) Cô Lee đang __________________ thức ăn.

j) Thầy Nam đang _____________________ tiếng Việt.

k) Ba tôi đang _____________________ thư cho mẹ tôi.

4. 다음의 수들을 읽는 연습을 하시오.

10.000 = mười ngàn   20.000 = hai mươi ngàn

11.000 = mười một ngàn   21.000 = hai mươi mốt ngàn

15.000 = mười lăm ngàn   25.000 = hai mươi lăm ngàn

50.000 = năm mươi ngàn   100.000 = một trăm ngàn

200.000 = hai trăm ngàn   1.000.000 = một triệu

5. 다음의 수들을 읽고 쓰는 연습을 하시오.

10.500 = mười ngàn năm trăm   10.202 = mười ngàn hai trăm lẻ hai

1.789 = _____________________   43.879 = _____________________

9.760 = _____________________   19.556 = _____________________

88.880 = _____________________   54.675 = _____________________

120.000 = _____________________   320.000 = _____________________

225.000 = _____________________   500.000 = _____________________

1.105 = _____________________   65.002 = _____________________

90.050 = chín mươi ngàn không trăm năm mươi.

34.026 = _____________________

106.320 = một trăm lẻ sáu ngàn ba trăm hai mươi.

809.302 = _____________________

* (주의)

ngàn : (남부) = nghìn(북부)

표 현 배 우 기 

BÀI ĐỌC

Ở thành phố Hồ Chí Minh và Hà Nội có rất nhiều tiệm ăn (quán ăn).
어 타잉 포 호 찌 밍 바 하 노이 꼬 젓 니에우 띠엠 안 꽌 안

Các tiệm ăn là những nơi bán thức ăn giá rẻ. Còn nhà hàng cũng là
깍 티엠 안 라 니응 너이 반 특 안 자 제 꼰 냐 항 꿍 라

quán ăn nhưng lớn hơn và giá mắc hơn những quán ăn.
꽌 안 니응 런 헌 바 자 막 헌 니응 꽌 안

Người Việt Nam có thói quen ăn sáng tại các quán ăn. Buổi sáng, họ
응어이 비엣 남 꼬 토이 꾸엔 안 상 따이 깍 꽌 안 부오이 상 호

thường ăn phở, hủ tiếu ở những quán ăn trên đường. Buổi trưa, nhiều
트엉 안 퍼 후 띠에우어 니응 꽌 안 쩬 드엉 부오이 쯔어 니에우

người ăn trưa tại các tiệm ăn. Ở đó, người ta bán cơm với nhiều thức
응어이 안 쯔어 따이 깍 띠엠 안 어 도 응어이 따 반 껌 버이 니에우 특

ăn như cá, thịt, canh, v.v... Buổi tối, các quán ăn bán bia và các thức
안 니으 까 팃 까잉 번,번 부오이 또이 깍 꽌 안 반 비어 바 깍 특

ăn khác.
안 칵

Nhiều sinh viên thường ăn cơm ở những quán ăn bình dân. Mỗi
니에우 싱 비엔 트엉 안 껌 어 니응 꽌 안 빙 전 모이

bữa ăn tốn khoảng 5000 hoặc 6000 đồng.
브어 안 똔 쾅 남응인 호악 사우응인 동

하노이와 호치민에는 매우 많은 식당들이 있다. 식당들은 음식을 저렴한 가격에 파는 곳들이다. 또한 (고급)식당 역시 음식점이지만 보통 식당들에 비해서 더욱 크고 가격이 비싸다.

베트남 사람들은 식당에서 아침을 먹는 습관을 가지고 있다. 오전에, 베트남 사람들은 보통 길가에 위치한 식당에서 쌀국수나 비빔 국수류를 먹는다. 점심때는 많은 사람들이 식당에서 점심을 먹는다. 그곳에서, 사람들은 생선이나 고기, 국과 같은 반찬들과 함께 밥을 판다. 저녁때, 각 음식점들은 다른 음식들과 맥주를 판매한다.

많은 학생들은 보통 서민식당에서 밥을 먹는다. 모든 식사에는 약 5000동이나 6000동이 소비된다.

• các 깍	복수를 나타낸다		• họ 호	그들
• tiệm ăn 띠엠 안 (=quán ăn)	식당		• phở 퍼	쌀국수
• những 니응	복수를 나타낸다		• hủ tiếu 후 띠에우	비빔국수류
• nơi 너이	장소		• ở đó 어 도	그곳에서
• bán 반	팔다		• cơm 껌	밥
• thức ăn 특 안 (＝món ăn) 몬 안	음식		• cá 까	생선
			• thịt 팃	고기
• nhà hàng 냐 항	(고급) 식당		• canh 까잉	국
• nhưng 니응	그러나		• khác 칵	다르다
• to 또	크다		• bữa ăn 브어 안	식사
• mắc (＝đắt) 막 닷	비싸다.		• tốn 똔	지불하다
• thói quen 토이 꾸엔	습관		• khoảng 코앙	약
• tại (＝ở) 따이 어	～에서		• hoặc 호악	혹은

◉ **질문에 답하시오.**

a) Ở đâu có rất nhiều tiệm ăn?

b) Các tiệm ăn là nơi bán gì?

c) Người Việt Nam có thói quen gì?

d) Buổi sáng, người Việt Nam thường ăn gì?

e) Buổi trưa, nhiều người Việt Nam ăn trưa ở đâu?

f) Buổi tối, các quán ăn bán gì?

g) Sinh viên thường ăn cơm ở đâu?

h) Mỗi bữa ăn tốn khoảng bao nhiêu?

11

ĐI BẰNG GÌ?

무엇을 타고 갑니까?

Anh Park : Bây giờ chúng ta đi đâu?
아잉 빡 버이 저 쭝 따 디 더우

Anh Nam : Đi sân bay Tân Sơn Nhất.
아잉 남 디 선 바이 떤 선 녓

Anh Park : Chúng ta đi sân bay Tân Sơn Nhất để làm gì?
아잉 빡 쭝 따 디 선 바이 떤 선 녓 데 람 지

Anh Nam : Để đón bạn tôi.
아잉 남 데 돈 반 또이

Anh Park : Chúng ta đi bằng gì?
아잉 빡 쭝 따 디 방 지

Anh Nam : Chúng ta có thể đi bằng tắc xi. Để tôi gọi tắc xi.
아잉 남 쭝 따 꼬 테 디 방 딱 씨 데 또이 고이 딱 씨

(Anh Nam gọi điện thoại cho công ty tắc xi)
아잉 남 고이 디엔 토아이 쪼 꽁 띠 딱 씨

Anh Nam : A lô, cho tôi một chiếc tắc xi 4 chỗ.
아잉 남 알로 쪼 또이 못 찌엑 딱 씨 본 쪼

Tôi đang chờ trước khách sạn Rex.
또이 당 쩌 쯔억 카익 산 렉스

Tài xế tắc xi : Các anh đi đâu?
따이 쎄 딱 씨 깍 아잉 디 더우

Anh Nam : Đi sân bay. Làm ơn chạy nhanh một chút, chúng tôi bị trễ.
아잉 남 디 선 바이 람 언 짜이 냐잉 못 쭛 쭝 또이 비 쩨

Tài xế tắc xi : Tôi không thể chạy nhanh (được).
따이 쎄 딱 씨 또이 콩 테 짜이 냐잉 드억

Anh Nam : Tại sao anh không thể chạy nhanh (được)?
아잉 남 따이 사오 아잉 콩 테 짜이 냐잉 드억

Tài xế tắc xi : Bởi vì trên đường có nhiều xe máy.
따이 쎄 딱 씨 버이 비 쩬 드엉 꼬 니에우 쎄 마이

Anh Nam : Tôi hiểu rồi!
아잉 남 또이 히에우 조이

Cô Lee : Ngày mai, tôi sẽ đi du lịch.
꼬 리 응아이 마이 또이 세에 디 주 릭

Anh Nam : Cô Lee đi đâu?
아잉 남 꼬 리 디 더우

Cô Lee : Tôi sẽ đi Nha Trang.
꼬 리 또이세에 디 냐 짱

Anh Nam : Cô định đi bằng gì?
아잉 남 꼬 딩 디 방 지

Cô Lee : Tôi định đi bằng xe lửa. Chuyến xe lửa thứ nhất.
꼬 리 또이 딩 디 방 쎄르어 쭈이엔 쎄르어 트 녓

Anh Nam : Xe lửa khởi hành lúc mấy giờ?
아잉 남 쎄르어 커이 하잉 룩 머이 저

Cô Lee : Lúc 8:00 sáng.
꼬 리 룩 땀저 상

Anh Nam : Tại sao cô đi bằng xe lửa?
아잉 남 따이 사오 꼬 디 방 쎄르어

Cô Lee : Bởi vì tôi có thể ngắm phong cảnh.
꼬 리 버이 비 또이꼬 테 응암 퐁 까잉

Anh Nam : Đúng rồi! Đi bằng xe lửa rất thú vị!
아잉 남 둥 조이 디 방 쎄르어 젓 투 비

박 : 지금 우리는 어디로 갑니까?
남 : 떤선녓 공항으로 갑니다.
박 : 우리는 떤선녓 공항엔 무엇을 하러 갑니까?
남 : 내 친구를 마중나가기 위해서입니다.
박 : 우리는 무엇을 타고 갑니까?
남 : 우리는 택시를 타고 갈 수 있습니다.
　　내가 택시를 부르겠습니다.
　　(남이 택시회사에 전화를 건다)
　　여보세요, 4인승 택시 한 대를 보내주세요. 나는 지금 렉스 호텔 앞에서 기
　　다리고 있습니다.

택시 기사 : 여러분은 어디를 가십니까?
남　　　 : 공항에 갑니다. 더 빨리 가주시겠습니까? 우리는 늦었습니다.
택시 기사 : 나는 빨리 달릴 수 없습니다.
남　　　 : 왜 빨리 갈 수 없습니까?
택시 기사 : 왜냐하면 길 위에 오토바이가 많기 때문입니다.
남　　　 : 알겠습니다.

리 : 나는 내일 여행을 갑니다
남 : 리 양은 어디로 갑니까?
리 : 나는 냐짱으로 갑니다.
남 : 당신은 무엇을 타고 갑니까?
리 : 나는 기차를 타고 갈 것입니다. 첫기차 편으로.
남 : 기차는 몇시에 출발합니까?
리 : 아침 8시입니다.
남 : 당신은 왜 기차를 타고 갑니까?
리 : 왜냐하면 내가 풍경을 볼 수 있기 때문입니다.
남 : 맞습니다. 기차를 타고 가는 것은 무척 재미있습니다.

단어 익히기

• sân bay 선 바이	공항
• đón 돈	마중하다
• tắc xi(=taxi) 딱 씨	택시
• chỗ 쪼	좌석
• chờ(=đợi) 쩌 더이	기다리다
• trước 쯔억	~앞
• các anh 깍 아잉	여러분
• chạy 짜이	달리다
• nhanh 냐잉	빨리
• một chút 못 쯧	잠깐, 조금

• bị 비	수동태 (안 좋은 일을 당할 때)
• trễ (muộn) 쩨 무온	늦다, 북쪽에서는 muộn
• bởi vì 버이 비	왜냐하면
• hiểu 히에우	이해하다
• xe lửa (=tàu hoả) 쎄 르어 따우 호아	기차
• thứ nhất 트 녓	첫번째
• khởi hành 커이 하잉	출발하다
• xem 쎔	보다
• phong cảnh 퐁 까잉	풍경

관용 표현

a. Đi bằng gì? =
　　디 방 지

b. Để làm gì? =
　　데 람 지

c. Làm ơn chạy nhanh một chút! =
　　람 언 짜이 냐잉 못 쯧

d. Tôi bị trễ =
　　또이 비 쩨

e. Tôi không thể chạy nhanh (được)!
또이 콩 테 짜이 냐잉 드억

f. Đúng rồi! =
둥 조이

문법 연습

1. "*bằng*" : (방)

교통수단을 나타낼 때 쓰인다.

예문

Tôi đi học bằng xe đạp.
또이 디 혹 방 쎄 답
(나는 자전거를 타고 학교에 갑니다)

Anh Nam đi du lịch bằng máy bay.
아잉 남 디 주 릭 방 마이 바이
(남은 비행기를 타고 여행을 갑니다.)

2. "⋯⋯⋯⋯⋯*để làm gì*" : (데람지)

행동의 목적을 표시하기 위해서 의문문의 끝에 보통 위치한다.

예문

문 Anh Park đến Việt Nam *để làm gì?*
아잉 빡 덴 비엣 남 데 람 지
(박씨는 베트남에 무엇을 하기 위해 왔습니까?)

답 Anh ấy đến Việt Nam *để học tiếng Việt.*
아잉 어이 덴 비엣 남 데 혹 띠엥 비엣
(그는 베트남어를 공부하기 위해 베트남에 왔습니다.)

3. "*có thể*" : (꼬테)

일의 가능성을 나타내기 위해 동사 앞에 쓰이며 반의어는 "*không thể*(콩테)"
이다.

Tôi *có thể* nói tiếng Việt một chút.
또이 꼬 테 노이 띠엥 비엣 못 쯧

(나는 베트남어를 조금 할 줄 압니다)

Chúng tôi *có thể* làm việc ở công ty Hàn Quốc.
쫑 또이꼬 테 람 비엑 어 꽁 띠 한 꾸옥

(우리는 한국 기업에서 일할 수 있습니다)

Anh Park không thể nói tiếng Việt.
아잉 빡 콩 테 노이 띠엥 비엣

(박씨는 베트남어를 하지 못합니다)

4. " *Làm ơn*⋯⋯⋯⋯⋯ " : (람언)

매우 예의바르게 제의할 때

Làm ơn nói chậm chậm.   (천천히 말해 주십시오)
람 언 노이 쩜 쩜

Làm ơn cho tôi hỏi một chút. (잠시 묻겠습니다)
람 언 쪼 또이 호이 못 쯧

5. " *Bị* " : (비)

동사 앞에 위치하여 좋지 않은 상황의 수동태를 나타낼 때 쓰인다.

Tôi bị cảm.   (나는 감기에 걸렸다.)
또이 비 깜

Tôi bị lạc đường.   (나는 길을 잃었다.)
또이 비 락 드엉

Chúng tôi bị trễ.   (우리는 늦었다.)
쫑 또이 비 쩨

Tôi bị thầy giáo phê bình. (나는 선생님께 꾸중을 들었다.)
또이 비 터이 자오 페 빙

6. " *Tại sao* " : (따이 사오)

의문문의 앞에 위치하여 원인을 물을 때 쓰인다.

예문

문 *Tại sao* anh học tiếng Việt?
따이 사오 아잉 혹 띠엥 비엣

(당신은 왜 베트남어를 배웁니까?)

답 *Bởi vì* tôi sẽ làm việc ở Việt Nam.
버이 비 또이 세에 람 비엑 어 비엣 남

(왜냐하면 나는 베트남에서 일할 것이기 때문입니다)

4단계

연 습 문 제

1. 다음 단어들을 사전에서 찾아보시오.

−tàu thuỷ :　　　　−xe xích lô :　　　　−đi bộ :
−xe buýt :　　　　−xe tải :

※ 다음 문장을 완성하시오.

예문 Tôi ________________ về nhà. → Tôi *đi bộ* về nhà.
a) Cô Hong ________________ bằng xe buýt.
b) Tôi ________________ bằng máy bay.
c) Chị Lan ________________ bằng xe đạp.
d) Ông Hồ ________________ bằng xe máy.
e) Chúng ta ________________ bằng taxi.
f) Anh Hùng ________________ bằng xe lửa.
g) Bạn tôi ________________ bằng xe hơi.

2. 서수들을 연습해 보시오.

−thứ nhất :　　　　−thứ năm :　　　　−thứ chín :

- thứ nhì :   - thứ sáu :   - thứ mười :
- thứ ba :   - thứ bảy :   - thứ mười một :
- thứ tư :   - thứ tám :   - _______________

3. 다음 문장들을 한국말로 바꾸어 보시오.

a) Anh Kim là sinh viên năm thứ nhất.

→ ____

b) Đây là người yêu thứ ba của tôi.

→ ____

c) Đây là lần thứ tư tôi đến Việt Nam.

→ ____

d) Hôm nay là sinh nhật lần thứ mười tám của tôi.

→ ____

4. 다음 문장들을 완성하시오.

a) Tôi đến Việt Nam để _______________________________

b) Mẹ tôi đi chợ Bến Thành để ________________________

c) Chúng tôi đi Nha Trang để __________________________

d) Hôm nay, các anh đến trường đại học để ______________?

e) Tôi mua một chiếc xe đạp để ________________________

5. "*bị*"를 넣어 다음 문장들을 완성하시오.

예문 Tôi / cảm → Tôi *bị* cảm.

Thầy giáo phê bình tôi → Tôi *bị* thầy giáo phê bình.

a) Tôi / mất tiền. → _________________________________

b) Tôi / nhức đầu (= đau đầu). → ______________________

c) Mẹ tôi than phiền tôi. → ___________________________

d) Tôi / kẹt xe. → ___________________________________

표 현 배 우 기

BÀI ĐỌC

Xe ôm
쎄 옴

Ở Hà Nội và thành phố Hồ Chí Minh có nhiều xe ôm. Xe ôm là xe
어 하 노이 바 타잉 포 호 찌 밍 꼬 니에우 쎄 옴 쎄 옴 라 쎄

máy chở khách. Hiện nay, giao thông ở Hà Nội và thành phố Hồ
마이 쩌 카익 히엔 나이 쟈오 통 어 하 노이 바 타잉 포 호

Chí Minh rất phức tạp. Trên đường có nhiều xe buýt, xe taxi, xe
찌 밍 젓 픅 땁 쩬 드엉 꼬 니에우 쎄 부잇 쎄 딱씨 쎄

xích lô, v.v... Đặc biệt là xe máy có rất nhiều. Vì vậy, có nhiều con
씩 로 번번 닥 비엣 라 쎄 마이 꼬 젓 니에우 비 버이 꼬 니에우 꼰

đường thường bị kẹt xe, và người ta đi bằng xe ôm cho thuận tiện.
드엉 트엉 비 껫 쎄 바 응어이 따 디 방 쎄 옴 쪼 투언 띠엔

Giá xe ôm rẻ hơn xe taxi.
쟈 쎄 옴 제 헌 쎄 딱씨

Nhiều sinh viên nước ngoài cũng thường đi học bằng xe ôm.
니에우 싱 비엔 느억 응와이 꿍 트엉 디 혹 방 쎄 옴

쎄옴(오토바이택시)

하노이와 호치민시에는 쎄옴이 많이 있습니다. 쎄옴은 승객을 운송하는 오토바이입니다. 요즈음, 하노이와 호치민시의 교통은 매우 복잡합니다. 길 위에는 버스, 택시, 인력거 등이 많이 있습니다. 특히 오토바이가 많습니다. 그렇기 때문에, 많은 길은 종종 막히고 사람들은 편하게 쎄옴을 타고 갑니다. 쎄옴비는 택시보다 더 쌉니다.
많은 외국 학생들 역시 종종 쎄옴을 타고 학교에 갑니다.

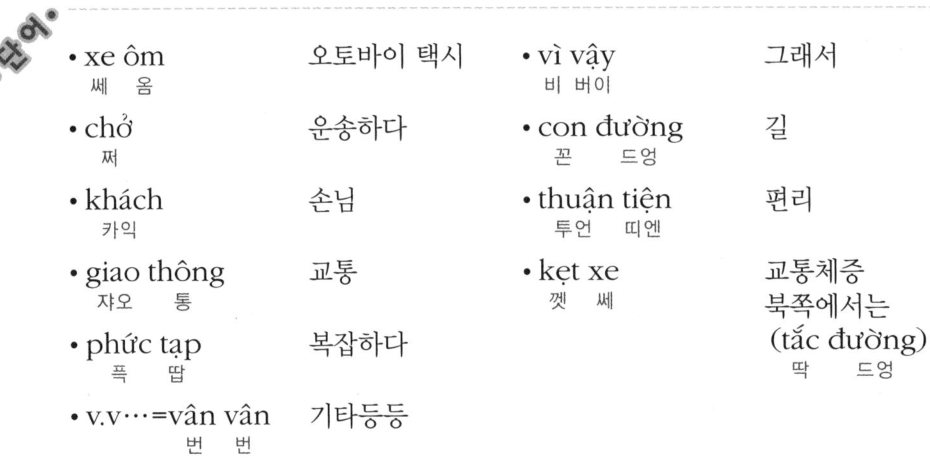

◉ 물음에 답하시오.

a) Xe ôm là xe gì?

b) Hiện nay, giao thông ở thành phố Hồ Chí Minh và Hà Nội thế nào?

c) Trên đường có nhiều xe gì? Đặc biệt là xe gì?

d) Tại sao có nhiều con đường thường bị kẹt xe?

e) Người ta đi bằng xe ôm để làm gì?

f) Sinh viên nước ngoài thường đi học bằng gì?

12

TÔI BỊ LẠC ĐƯỜNG
저는 길을 잃어버렸습니다

Anh Park : Làm ơn cho tôi hỏi một chút!
아잉 빡 람 언 쪼 또이 호이 못 쭛

Người đi đường : Dạ, anh hỏi gì?
응어이 디 드엉 자 아잉 호이 지

Anh Park : Ngân hàng Sài Gòn ở đâu ạ?
아잉 빡 응언 항 사이 곤 어 더우 아

Người đi đường : Anh đi thẳng đường này, đến ngã tư thì rẽ phải.
응어이 디 드엉 아잉 디 탕 드엉 나이 덴 응아 뜨 티 제 파이

Anh sẽ thấy ngân hàng.
아잉 세에 터이 응언 항

Anh Park : Cám ơn cô.
아잉 빡 깜 언 꼬

Người đi đường : Không có chi!
응어이 디 드엉 콩 꼬 찌

Cô Lee : Làm ơn cho tôi hỏi một chút, tôi bị lạc đường.
꼬 리 람 언 쪼 또이 호이 못 쭛 또이 비 락 드엉

Cảnh sát : Cô hỏi gì?
까잉 삿 꼬 호이 지

Cô Lee : Khách sạn Sài Gòn ở đâu ạ?
꼬 리 카익 산 사이 곤 어 더우 아

Cảnh sát : Từ đây, cô đi thẳng khoảng 500 mét, cô sẽ thấy ngã
까잉 삿 뜨 더이 꼬 디 탕 코앙 남짬 멧 꼬 세에 터이 응아

tư thứ nhất. Cô đi qua ngã tư thứ nhất, tiếp tục đi
뜨 트 녓 꼬 디 꽈 응아뜨 트 녓 띠엡 뚝 디

thẳng đến ngã tư thứ hai thì rẽ trái. Khách sạn Sài
탕 덴 응아뜨 트 하이 티 제 짜이 카익 산 사이

Gòn ở bên trái.
곤 어 벤 짜이

Cô Lee : (*lặp lại*) đi thẳng ···khoảng ···500 mét ··· đến ngã
꼬 리 (랍 라이) 디 탕 코앙 남짬 멧 덴 응아

tư thứ nhất, ···đi qua ngã tư thứ nhất, ··· tiếp tục đi
뜨 트 녓 디 꽈 응아뜨 트 녓 띠업 뚝 디

thẳng ···. đến ngã tư thứ hai thì rẽ trái···. Khách sạn
탕 덴 응아뜨 트 하이 티 제 짜이 카익 산

Sài Gòn ···ở bên trái.
사이 곤 어 벤 짜이

Tôi nhớ rồi. Xin cảm ơn!
또이 녀 조이 씬 깜 언

Cảnh sát : Không có gì!
까잉 삿 콩 꼬 지

(Ở ngân hàng Sài Gòn)
(어 응언 항 사이 곤)

Anh Park : Làm ơn cho tôi hỏi một chút: văn phòng quản lý ở
아잉 빡 람 언 쪼 또이호이 못 쭛 반 퐁 꽌 리 어

đâu ạ?
더우 아

Tiếp tân : Anh đi thang máy lên tầng 8. Văn phòng quản lý gần
띠엡 떤 아잉 디 탕 마이 렌 떵 땀 반 퐁 꽌 리 건

thang máy.
탕 마이

Anh Park : Thang máy ở đâu ạ?
아잉 빡 탕 마이 어 더우 아

Tiếp tân : Ở đằng kia!
띠엡 떤 어 당 끼어

Anh Park : Cám ơn cô.
아잉 빡 깜 언 꼬

Tiếp tân : Không có chi!
띠엡 떤 콩 꼬 찌

박　씨 : 잠시 좀 묻겠습니다.
행　인 : 네, 무엇을요?
박　씨 : 사이공 은행이 어디 있지요?
행　인 : 이 길에서 직진하시고, 사거리에 도착하면 우회전 하세요. 그럼 은행이
　　　　보이실 거예요.
박　씨 : 감사합니다. 아가씨.
행　인 : 별말씀을요.

이　양 : 저 잠시 실례하겠습니다. 저 길을 잃었어요.
경　찰 : 무얼 도와드릴까요?
이　양 : 사이공 호텔이 어디있지요?
경　찰 : 여기에서 500m정도 직진하시면 첫 번째 사거리를 볼 수 있습니다. 그
　　　　첫 번째 사거리를 지나쳐서 가다가 두 번째 사거리에 도착하면 좌회전
　　　　하세요. 사이공 호텔은 좌측에 있습니다.

이　양 : (반복하여) 약 500m 직진해서… 첫 번째 사거리가 나오면 그 사거리를
　　　　지나쳐서 계속해서 직진하다가 두 번째 사거리에서 좌회전… 사이공 호
　　　　텔은 좌측에 있다구요… 저 기억했습니다. 감사합니다.
경　찰 : 별말씀을요.

(사이공 은행에서)
박　씨 : 말씀 좀 여쭙겠습니다. 관리 사무실이 어디 있습니까?
안내원 : 엘리베이터를 타고 8층에 가시면 관리사무실은 엘리베이터 근처에 있습
　　　　니다.
박　씨 : 엘리베이터는 어디 있습니까?
안내원 : 저쪽이요!
박　씨 : 감사합니다.
안내원 : 별말씀을요.

단 어 익 히 기

• ngân hàng 응언 항	은행	• rẽ trái (＝quẹo trái) 왼쪽으로 돌다 제 짜이 꾸에오 짜이	
• từ nay 뜨 나이	지금부터	• bên trái 벤 짜이	왼쪽에
• đi thẳng 디 탕	직진하다	• lặp lại 랍 라이	반복하다
• khoảng 코앙	약	• rẽ phải 제 파이	
• mét 멧	m(미터)	(＝quẹo phải) 꾸에오 파이	오른쪽으로 돌다
• thấy 터이	보다	• quản lý 꽌 리	관리하다
• ngã tư 응아 뜨	사거리	• thang máy 탕 마이	승강기
• đi qua 디 꽈	지나가다	• lên 렌	올라가다
• thứ hai (＝thứ nhì) 트 하이 트 니	두번째	• gần 건	가깝다
• tiếp tục 띠엡 뚝	계속		

관 용 적 표 현

a) Tôi bị lạc đường ＝
또이 비 락 드엉

b) Đi thẳng đường này ＝
디 탕 드엉 나이

c) Ở bên trái ＝
어 벤 짜이

d) Ở bên phải =
어 벤 파이

e) Tôi nhớ rồi =
또이 녀 조이

f) Ở đằng kia =
어 당 끼어

1. "thì"가 있는 문장에 유의

예문

Anh đi thẳng đến ngã tư *thì* rẽ phải.
아잉 디 탕 덴 응아 뜨 티 제 파이
(당신은 직진해서 사거리에 도착하면 우회전 하세요.)
Tôi về đến nhà *thì* trời mưa.
또이 베 덴 냐 티 쩌이 므어
(내가 집에 돌아오자 비가 왔다.)

thì는 영어의 then과 같다. Thì는 2개의 구나 2개의 절을 연결한다.

2. 지시대명사 này와 kia는 지정하는 명사의 뒤에 온다. "*này*"(나이)는 사람
이나 사물이 가까이 있을 때 지정하는 명사의 뒤에 온다. "*kia*"(끼어)는 화
자와 조금 떨어져 있는 사람 혹은 사물을 가리킬 때 쓰인다.

예문

Người *này* là bạn tôi.   (이 사람은 나의 친구다.)
응어이 나이 라 반 또이

Tôi thích món ăn *này*.   (난 이 음식을 좋아한다.)
또이 틱 몬 안 나이

3. 문법 구성

> 모형 : 주어＋형용사＋ ⋯⋯⋯⋯⋯⋯.

예문

주어	서술어	
Cô ấy 꼬 어이	*đẹp* quá ! 뎁 꽈	그녀는 매우 아름답다.
Tôi 또이	rất *vui* ! 젓 부이	나는 매우 즐겁다.
Gia đình 쟈 딩	*hạnh phúc* 하이 푹	가족은 행복하다.

Văn phòng quản lý *gần* thang máy.
반   퐁   꽌 리   건   탕   마이

관리사무실은 엘리베이터 근처이다.

4. "*khi nào*"(키 나오) (= *bao giờ*(바오저), *chừng nào*(쯩 나오))

의문문의 앞에 위치하여 장차 일어날 행동의 시간에 대해 물을 때 쓰인다.

예문

문 *Khi nào* anh đến Việt Nam?   (언제 당신 베트남 갑니까?)
    키 나오 아잉 덴 비엣 남

답 *Tuần sau* tôi sẽ đến Việt Nam. (다음주에 저는 베트남에 갈 것입니다.)
    뚜언   사우 또이세에 덴 비엣 남

3 단계

연습문제

1. 다음 그림을 보고 가는 방향을 적으시오.

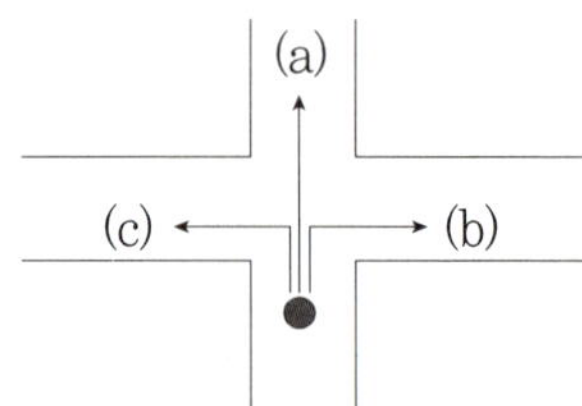

a) ____

b) ____

c) ____

2. 빈칸을 채우시오.

A : Làm ơn _________ tôi hỏi một chút!

B : Dạ, anh hỏi _________ ?

A : Bệnh viện Sài Gòn _________ ?

B : Anh _________ đường này, đến _________ thứ nhất. Anh đi qua ngã tư này và tiếp tục _________ khoảng 300 mét đến ngã tư thứ hai thì rẽ phải. Bệnh viện Sài Gòn ở _________

A : Cám ơn anh!

B : ____

3. 다음 문장을 완성하시오.

a) Anh đi thẳng đường này đến ngã ba thì _________

b) Anh đi thang máy lên tầng 6 thì _________

c) Mẹ tôi vừa về nhà thì em trai tôi _________

d) Tôi đang xem ti vi thì anh Lee _________

e) Chị tôi đang đi chợ Bến Thành thì _________

4. 다음은 Lee Yoon Hee의 계획이다.

−Ngày mùng 2 tháng 11 : Đi sân bay Nội Bài, Hà Nội.

−Ngày mùng 4 tháng 11 : Đi Huế.

−Ngày mùng 7 tháng 11 : Đi Nha Trang.

−Ngày mùng 8 tháng 11 : Đi Đà Lạt.

−Ngày mùng 9 tháng 11 : Đi thành phố Hồ Chí Minh.

−Ngày mùng 14 tháng 11 : Đi tham quan Củ Chi.

−Ngày mùng 17 tháng 11 : Về Hàn Quốc.

예문

문 Khi nào cô Lee đi sân bay Nội Bài, Hà Nội?

답 Ngày mùng 2 tháng 11, cô ấy sẽ đi sân bay Nội Bài, Hà Nội.

a) 문 ___________________________________

   답 ___________________________________

b) 문 ___________________________________

   답 ___________________________________

c) 문 ___________________________________

   답 ___________________________________

d) 문 ___________________________________

   답 ___________________________________

e) 문 ___________________________________

   답 ___________________________________

f) 문 ___________________________________

   답 ___________________________________

5. 빈칸에 알맞은 단어를 넣으시오.

bận	lạc đường	lúc	này	đi
kia	tham quan	gì	đến	người

a) Cô thích ăn món ăn __________?

b) Tôi không thích món ăn __________

c) Xe hơi của tôi ở đằng __________

d) Tôi bị __________, làm ơn cho tôi hỏi một chút!

e) Hôm nay tôi __________ quá, tôi không thể về nhà __________
7:00 tối.

f) Nhiều __________ nước ngoài thích __________ Củ Chi.

g) Tại sao anh muốn __________ du lịch bằng xe lửa?

h) Khi nào anh Park __________ Hà Nội?

표 현 배 우 기 

BÀI ĐỌC

Tôi bị lạc đường
또이 비 락 드엉

Tôi tên là Lee Yoon Hee. Tôi đang học tiếng Việt ở thành phố Hồ
또이 뗀 라 리 윤 희 또이 당 혹 띠엥 비엣 어 타잉 포 호

Chí Minh. Sáng nay, tôi bị lạc đường. Đầu tiên, tôi muốn đi chợ
찌 밍   상 나이 또이 비 락 드엉   더우 띠엔 또이 무온 디 쩌

Bến Thành. Tôi đi bằng xích lô. Từ ký túc xá đến chợ Bến Thành
벤 타잉 또이 디 방 씩 로 뜨 끼 뚝 싸 덴 쩌 벤 타잉

khoảng 20 phút. Xe xích lô đi qua ngã tư thứ nhất, ngã tư thứ hai
코앙 하이므어이 풋 쎄 씩 로 디 꽈 응아 뜨 트 녓 응아 뜨 트 하이

và đến một ngã ba thì rẽ trái.
바 덴 못 응아 바 티 제 짜이

Từ chợ Bến Thành, tôi đi bộ về nhà. Tôi rẽ phải. Tôi đi qua ngã tư
뜨 쩌 벤 타잉 또이 디 보 베 냐 또이 제 파이 또이 디 꽈 응아 뜨

thứ nhất. Tôi đi qua ngã tư thứ hai nhưng tôi không thấy ký túc
트 녓 또이 디 꽈 응아 뜨 트 하이 니응 또이 콩 터이 끼 뚝

xá của tôi. Tôi sợ quá. Tôi gặp một cảnh sát. Tôi hỏi: *Ký túc xá*
싸 꾸어 또이 또이 서 꽈 또이 갑 못 까잉 삿 또이 호이 끼 뚝 싸

của sinh viên ở đâu?. Cảnh sát trả lời: *Cô đi thẳng đường này*
꾸어 싱 비엔 어 더우?   까잉 삿 짜러이 꼬 디 탕 드엉 나이

khoảng 200 mét. Ký túc xá ở bên trái. Tôi cám ơn và đi nhanh
코앙 하이짬 멧 끼 뚝 싸어 벤 짜이 또이 깜 언 바 디 냐잉

về ký túc xá.
베 끼 뚝 싸

저는 길을 잃어버렸습니다.

제 이름은 이윤희입니다. 저는 호치민에서 베트남어를 배우고 있습니다. 오늘 아침, 저는 길을 잃었습니다. 처음에, 전 벤타잉 시장에 가고 싶었습니다. 저는 씨클로를 타고 갔습니다. 기숙사에서 벤타잉 시장까지 약 20분 정도 걸렸습니다. 씨클로는 첫번째 사거리, 두번째 사거리를 지나서 삼거리에 도착하여 좌회전했습니다. 벤타잉 시장에서 저는 걸어서 집에 돌아갔습니다. 저는 오른쪽으로 돌아서 첫번째 사거리를 지나쳤습니다. 저는 두번째 사거리도 지나쳤지만 전 제 기숙사를 찾지 못했습니다. 저는 많이 두려웠습니다. 저는 한 경찰을 만나 물었습니다. "학생 기숙사가 어디 있어요?" 경찰이 대답하기를: "학생은 이 길을 따라 200m정도 직진하세요. 기숙사는 좌측에 있습니다." 전 감사하고 서둘러 기숙사로 돌아왔습니다.

단어

• sáng nay 상 나이	오늘 아침		• gặp 갑.	만나다
• sợ 서	두렵다		• nhanh 냐잉	빨리

여러분들은 길을 잃었던 경험에 대해서 베트남어로 얘기해 보십시오. 위와 같은 단어들을 사용하시기 바랍니다.

👅 **속담 한마디**

Có việc thì lo ngay ngáy,
꼬 비엑 티 로 응아이 응아이

không việc thì ngáy pho pho.
콩 비엑 티 응아이 포 포

할 일이 있으면 즉시 해버리고,
할 일이 없으면 푹 쉬어라.

Ở NGÂN HÀNG

은행에서

Anh Nam : A, chào anh Kim. Anh đến Việt Nam khi nào?
아잉 남 아 짜오 아잉 낌 아잉 덴 비엣 남 키 나오

Anh Kim : Chào anh Nam. Tôi đến Việt Nam hôm qua.
아잉 낌 짜오 아잉 남 또이 덴 비엣 남 홈 꽈

Anh Nam : Anh đến Việt Nam để du lịch hay học tiếng Việt?
아잉 남 아잉 덴 비엣 남 데 주 릭 하이 혹 띠엥 비엣

Anh Kim : Để du lịch.
아잉 낌 데 주 릭

Anh Nam : Bây giờ anh đi đâu?
아잉 남 버이 저 아잉 디 더우

Anh Kim : Tôi đi đến ngân hàng để đổi tiền Việt.
아잉 낌 또이 디 덴 응언 항 데 도이 띠엔 비엣

Anh Nam : Chúng ta đi với nhau được không?
아잉 남 쭝 따 디 버이 냐우 드억 콩

Anh Kim : Như thế thì tốt quá!
아잉 낌 니으 테 티 똣 꽈

Anh Kim : Tôi muốn đổi tiền Việt.
아잉 낌 또이 무온 도이 띠엔 비엣

Nữ nhân viên : Anh có đô-la hay Euro?
느 년 비엔 아잉 꼬 돌 라 하이 유로

Anh Kim : Tôi có đô-la. Tỉ giá hôm nay bao nhiêu?
아잉 낌 또이꼬 돌 라 띠 자 홈 나이 바오 니에우

Nữ nhân viên : 1 đô-la đổi 15.300 đồng.
느 년 비엔 못 돌 라 도이 므어이람응인바짬 동

Anh Kim : Làm ơn cho tôi đổi 300 đô-la.
아잉 낌 람 언 쪼 또이 도이 바짬 돌 라

Nữ nhân viên : Anh chờ một chút. Tất cả là 4.590.000 đồng.
느 년 비엔 아잉 쩌 못 쭛 떳 까 라 본찌에우남짬찐므어이응인 동

Anh Kim : Cám ơn cô!
아잉 낌 깜 언 꼬

Nữ nhân viên : Không có chi! Chào anh!
느 년 비엔 콩 꼬 찌 짜오 아잉

Anh Park : Tôi muốn gửi tiền vào ngân hàng!
아잉 팍 또이 무온 그이 띠엔 바오 응언 항

Nữ nhân viên : Anh có tài khoản không?
느 년 비엔 아잉 꼬 따이 코안 콩

Anh Park : Dạ có. Đây là số tài khoản của tôi.
아잉 팍 자 꼬 더이 라 소 따이 코안 꾸어 또이

Nữ nhân viên : Anh có thẻ tín dụng không?
느 년 비엔 아잉 꼬 테 띤 중 콩

Anh Park : Dạ không. Tôi không có thẻ tín dụng.
아잉 팍 자 콩 또이 콩 꼬 테 띤 중

Nữ nhân viên : Anh gửi bao nhiêu tiền?
느 년 비엔 아잉 그이 바오 니에우 띠엔

Anh Park : Tôi gửi 8.000.000 đồng.
아잉 팍 또이 그이 땀찌에우 동

Nữ nhân viên : Nếu anh cần rút tiền thì anh hãy đến đây.
느 년 비엔 네우 아잉 껀 줏 띠엔 티 아잉 하이 덴 더이

Anh Park : Cám ơn cô.
아잉 팍 깜 언 꼬

Nữ nhân viên : Dạ, chào anh!
느 년 비엔 자 짜오 아잉

남　　　: 아, 안녕하세요 Mr. 김. 당신은 베트남에 언제 왔나요?
김　　　: 안녕하세요 Mr. 남. 나는 어제 베트남에 왔습니다.
남　　　: 당신은 베트남에 여행하러 왔나요 아니면 베트남어 공부하러 왔나요?
김　　　: 여행하러 왔습니다.
남　　　: 지금 당신은 어디 갑니까?
김　　　: 나는 베트남 돈을 바꾸러 은행에 갑니다.
남　　　: 우리 같이 가도 될까요?
김　　　: 그럼 좋죠!

김　　　: 나는 베트남 돈으로 바꾸고 싶습니다.
여 직원 : 당신은 달러를 가지고 계십니까, 유로를 가지고 계십니까?
김　　　: 나는 달러가 있습니다. 오늘 환율이 얼마입니까?
여 직원 : 1 달러에 15,300동 입니다.
김　　　: 내가 300달러를 바꾸게 해주세요.
여 직원 : 잠시만 기다리세요. 총 4,590,000동입니다.
김　　　: 감사합니다.
여 직원 : 괜찮습니다. 안녕히 가세요.

박　　　: 나는 은행에 송금하고 싶습니다.
여 직원 : 당신은 계좌가 있습니까?
박　　　: 네 있습니다. 이것이 나의 계좌번호입니다.
여 직원 : 당신은 신용카드가 있습니까?
박　　　: 네 아닙니다. 나는 신용카드가 없습니다.
여 직원 : 당신은 얼마를 보냅니까?
박　　　: 나는 8,000,000동을 보냅니다.
여 직원 : 만약 당신이 출금을 원하면 여기로 오세요.
박　　　: 감사합니다.
여 직원 : 네, 안녕히 가세요

단어 익히기

• hôm qua 홈 꽈	어제	• gửi tiền 그이 띠엔	송금하다
• hay 하이	혹은	• tài khoản 따이 코안	계좌
• đổi 도이	바꾸다	• số tài khoản 소 따이 코안	계좌번호
• tiền 띠엔	돈	• thẻ tín dụng 테 띤 중	신용카드
• với nhau 버이 냐우	함께, 같이	• nếu……… thì…… 네우 티	만약 ~하면
• như thế thì 니으 테 티	그러면	• cần 껀	필요하다
• tốt 똣	좋다	• rút tiền 줏 띠엔	출금하다
• tỉ giá 띠 자	환율	• hãy 하이	~하세요

관용적 표현

a) Như thế thì tốt quá! =
니으 테 티 똣 꽈

b) Anh / chị / cô chờ một chút =
아잉 찌 꼬 쩌 못 쯧

• Xin chờ một chút!
씬 쩌 못 쯧

• Chờ một chút!
쩌 못 쯧

표 현 배 우 기

1. "Khi nào" : (키 나오)

의문문의 끝에 위치하여 과거에 일어난 행동의 시간을 물을 때 쓰인다.

문 Cô đến Việt Nam *khi nào*?
꼬 덴 비엣 남 키 나오

(당신은 베트남에 언제 왔나요?)

답 Tôi đến Việt Nam *hôm qua*.
또이 덴 비엣 남 홈 꽈

(나는 베트남에 어제 왔습니다.)

• 주의 : "*khi nào*"(키 나오)가 문장 앞에 올 때에는 미래를 묻는 것으로 구별 할 수 있다. (14과)

문 *Khi nào* cô đến Việt Nam?
키 나오 꼬 덴 비엣 남

(당신은 언제 베트남에 도착합니까?)

답 *Ngày mai* tôi *sẽ* đến Việt Nam.
응아이 마이 또이 세에 덴 비엣 남

(나는 내일 베트남에 도착할 것입니다.)

2. "*hay*" : (하이)

의문문에서 선택을 나타낼 때 쓰인다.

문 Anh uống cà *phê* hay bia?
아잉 우옹 까 페 하이 비어

(당신은 커피를 마십니까 아니면 맥주를 마십니까?)

답 Tôi uống cà *phê*.
또이 우옹 까 페

(나는 커피를 마십니다.)

문 Anh đi *Hà Nội* hay thành phố Hồ Chí Minh?
　아잉 디 하 노이 하이 타잉 포 호 찌 밍

(당신은 하노이에 갑니까, 호치민시에 갑니까?)

답 Tôi đi *Hà Nội*.
　또이 디 하 노이

(나는 하노이에 갑니다)

문 Cô ấy là *bác sĩ* hay y *tá*?
　꼬 어이 라 박 시 하이 이 따

(그녀는 의사입니까 간호사입니까?)

답 (Cô ấy là) *y tá*.
　꼬 어이 라 이 따

(그녀는 간호사입니다.)

문 Anh đến Việt Nam để du *lịch* hay học *tiếng Việt*?
　아잉 덴 비엣 남 데 주 릭 하이 혹 띠엥 비엣

(당신은 베트남에 여행하러 왔습니까 베트남어 공부하러 왔습니까?)

답 (Tôi đến Việt Nam) để *học tiếng Việt*.
　또이 덴 비엣 남 데 혹 띠엥 비엣

(나는 베트남어 공부하러 왔습니다.)

3. "*Nhau*" : (냐우)

동사 뒤에 위치하여 여러 대상의 활동관계를 나타내기 위해서 쓰인다.

예문

주어	서술어
Tôi và anh Kim	gặp nhau lúc 8:00.
Chúng tôi	giúp đỡ nhau.

주의 : 동사에 따라 nhau는 "với nhau"와 "cho nhau"가 될 수 있다.

예문

a) Tôi viết thư *cho* cô Lee.

　－Cô Lee viết thư *cho* tôi.

　→ Tôi và cô Lee viết thư *cho* nhau.

b) Tôi đi ăn cơm *với* anh Kim.

   – Anh Kim ăn cơm với tôi.

   → Tôi và anh Kim ăn cơm với nhau.

4. Câu điều kiện~ kết quả : (조건 ~결과문)

모형 :

Nếu + 주어 + 서술어 *-thì-* 주어 + [sẽ - 동사/형용사 …]

예문

Nếu tôi có tiền *thì* tôi *sẽ* mua xe máy.

Nếu anh Kim muốn học tiếng Việt *thì* tôi sẽ dạy cho anh ấy.

5. Hãy : (하이)

동사의 앞에 위치하여 요구, 제의, 명령을 나타내기 위해서 쓰인다.

예문

Anh *hãy* gặp tôi lúc 6:00 tối!

Cô Lee *hãy* viết thư cho anh Bình!

4단계

연 습 문 제

1. 다음 단어의 뜻을 사전을 통해 찾으시오.

hôm nay :	hôm qua :	tuần này :
ngày mai :	hôm kia :	tuần trước :
ngày mốt :	dạo này :	tuần sau :

2. 오늘은 11월 4일이다. 아래의 달력을 보고 질문에 답하시오.

Chủ nhật	Thứ hai	Thứ ba	Thứ tư	Thứ năm	Thứ sáu	Thứ bảy
1	2	3	4	5	6	7
8	9	10	11	12	13	14

a) Hôm nay là thứ *mấy*? → Hôm nay là thứ tư.

b) Hôm qua là thứ mấy? → _______________________

c) Hôm kia là thứ mấy? → _______________________

d) Ngày mai là thứ mấy? → _______________________

e) Ngày mốt là thứ mấy? → _______________________

f) Hôm nay là ngày mấy? → Hôm nay là ngày mùng 4 tháng 11.

g) Hôm qua là ngày mấy? → _______________________

h) Hôm kia là ngày mấy? → _______________________

i) Ngày mai là ngày mấy? → _______________________

j) Ngày mốt là ngày mấy? → _______________________

k) Tuần sau, thứ tư là ngày mấy? → _______________________

3. 다음 질문에 답하시오.

a) Anh uống trà hay cà phê?

→ _______________________

b) Cô đi học hay đi chơi?

→ _______________________

c) Cô biết tiếng Anh hay tiếng Pháp?

→ _______________________

d) Ông Nam là giám đốc hay nhân viên?

→ _______________________

e) Anh thích xe hơi hay xe máy?

→ _______________________

f) Chị đến Trung Quốc hay Việt Nam?

→ _______________________

4. 질문을 만드시오.

a) ____ ?

Tôi đến Việt Nam hôm qua.

b) ____ ?

Tuần sau, tôi sẽ đến Việt Nam.

c) ____ ?

Tôi mới gặp anh Park hôm kia.

d) ____ ?

Chúng tôi mua xe máy tuần trước.

e) ____ ?

Ngày mai tôi sẽ đi Trung Quốc.

5. "*nhau*"(냐우)와 "*với nhau*"(버이 냐우)를 사용하여 두 문장을 하나의 문장으로 만드시오.

a) Tôi gọi điện thoại cho cô Lee. Cô Lee gọi điện thoại cho tôi.

→ ____

b) Anh Kim sống với anh Lee. Anh Lee sống với anh Kim ở ký túc xá.

→ ____

c) Tôi hỏi cô Lan. Cô Lan hỏi tôi.

→ ____

d) Tôi thích cô Hoa. Cô Hoa cũng thích tôi.

→ ____

6. 아래의 문장들을 완성하시오.

a) Nếu tôi có tiền thì ______________________________

b) Nếu anh Kim gọi điện thoại cho tôi thì ____________

c) Nếu trời mưa thì ______________________________

d) ______________________________ thì tôi sẽ rất vui.

e) ______________________________ thì tôi sẽ học tiếng Việt.

7. 아래의 문장들을 "*hãy*"(하이)를 넣어 바꾸시오.

예문

Anh Kim không đọc sách → Anh Kim hãy đọc sách!

a) Hôm nay, cô Lee không đi học.

→ ___________________________________

b) Anh Park không muốn mở máy lạnh.

→ ___________________________________

c) Cô Lee không thích ăn phở.

→ ___________________________________

d) Tôi không mua xe máy.

→ ___________________________________

5단계

표현 배우기

BÀI ĐỌC

Tiền của Việt Nam phần lớn là tiền giấy. Hiện nay, tiền có giá trị
띠엔 꾸어 비엣 남 펀 런 라 띠엔 저이 히엔 나이 띠엔 꼬 자 찌

thấp nhất là tờ 200 đồng, 500 đồng, 1.000 đồng, 2.000 đồng
텁 녓 라 떠 하이짬 동 남짬 동 못응인 동 하이응인 동

và 5.000 đồng. Tiền có giá trị cao là những tờ 10.000 đồng, 20.000
바 남응인 동 띠엔 꼬 쟈 찌 까오 라 니응 떠 므어이응인 동 하이므어이응인

đồng, 50.000 đồng, 100.000 đồng 200.000 đồng và 500.000 đồng.
동 남므어이응인 동 못짬응인 동 하이짬응인 동 바 남짬응인 동

Người Việt Nam gọi những tờ có giá trị thấp là "tiền lẻ" và gọi tiền
응어이 비엣 남 고이 니응 떠 꼬 쟈 찌 텁 라 띠엔레 바 고이 띠엔

có giá trị cao là "tiền chẵn".
꼬 쟈 찌 까오 라 띠엔 짠

Trong buôn bán nhỏ, người ta rất cần tiền lẻ nhưng trong kinh doanh
쫑 부온 반 뇨 응어이 따 젓 껀 띠엔레 니응 쫑 낑 조아잉

lớn thì tiền chẵn rất cần thiết để thanh toán.
런 티 띠엔 짠 젓 껀 티엣 데 타잉 또안

Người nước ngoài đến Việt Nam có thể đổi tiền Việt Nam ở sân
응어이 느억 응와이 덴 비엣 남 꼬 테 도이 띠엔 비엣 남 어 선

bay hoặc ở các ngân hàng.
바이 호악 어 깍 응언 항

베트남 돈은 대부분 지폐이다. 요즈음 돈가치가 가장 낮은 지폐에는 200동, 500동, 1,000동, 2,000동 그리고 5,000동이 있다. 돈가치가 높은 지폐에는 10,000동, 20,000동, 50,000동 그리고 100,000동이 있다. 베트남 사람들은 지폐가치가 낮은 것을 "띠엔 레(소액권)"라 부르고 가치가 높은 것을 "띠엔 짠(고액권)"이라 부른다.
소규모 상업에서는 소액권이 꼭 필요하지만, 대규모 경영에 있어서는 청산하는데 있어서 고액권이 꼭 있어야 한다.
외국인은 베트남에 와서 공항이나 각 은행에서 베트남돈을 환전할 수 있다.

• tiền giấy 띠엔 저이	지폐	• phần lớn 펀 런	대부분
• giá trị 쟈 찌	가치	• tiền chẵn 띠엔 짠	고액권
• thấp 텁	낮다	• buôn bán 부온 반	상업을 하다
• kinh doanh 낑 조아잉	경영하다	• thanh toán 타잉 또안	청산하다
• tiền lẻ 띠엔 레	소액권, 잔돈	• tiền xu 띠엔 쑤	동전

＊주의 :

a) "tờ" (떠)는 종별사로 "báo", "giấy"와 같이 종이로 만들어진 물건을 나타내는 단어 앞에 쓰인다.

Tôi mua 1 tờ báo.　　　　　(나는 신문 한 장을 샀다.)
또이 무어 못 떠 바오

Tôi có 2 tờ giấy.　　　　　(나는 2장의 종이를 가지고 있다.)
또이 꼬하이 떠 저이

Tôi có 2 tờ 5.000 đồng và 2 tờ 10.000 đồng.
또이 꼬 하이 떠 남응인　동　바 하이 떠 므어이응인 동

(나는 5.000동 2장과 10.000동 2장을 가지고 있다.)

b) "gọi A là B" :

Người Việt Nam gọi computer là "máy vi tính".
응어이 비엣 남 고이 껌퓨따 라 마이 비 띵

(베트남 사람들은 computer를 "마이 비 띵"이라 부른다.)
Người miền Bắc Việt Nam gọi xe hơi là "ô tô".
응어이 미엔 박 비엣 남 고이 쎄 허이 라 오 또

(베트남 북부 사람들은 자동차를 "오 또"라 부른다.)

2. 한국 돈 '원'에 대해서 베트남어로 쓰거나 말하시오.

🖐 속담 한마디

Đi một ngày đàng học một sàng khôn.
디 못 응아이 당 혹 못 상 콘
멀리 가봐야 더 많은 것을 배울 수 있다.

14 ĐI DU LỊCH
여행을 가다

(Ở bến xe)

Anh Kim : Chị bán cho tôi một vé đi Nha Trang!
아잉 낌　찌 반 쪼 또이 못 베 디 냐 짱

Người bán vé : Anh muốn đi chuyến mấy giờ?
응어이 반 베 아잉 무온 디 쭈이엔 머이 저

Anh Kim : Tôi muốn đi chuyến 8:00 sáng. Bao nhiêu tiền một vé?
아잉 낌 또이 무온 디 쭈이엔 땀 저 상 바오 니에우 띠엔 못 베

Người bán vé : 150.000 đồng. Vé của anh đây.
응어이 반 베 못짬남므어이응인 동 베 꾸어 아잉 더이

Anh Kim : Từ thành phố Hồ Chí Minh đến Nha Trang mất bao lâu?
아잉 낌 뜨 타잉 포 호 찌 밍 덴 냐 짱 멋 바오 러우

Người bán vé : Khoảng 7 tiếng.
응어이 반 베 코앙 버이 띠엥

Anh Kim : Từ Nha Trang đến Huế bao xa?
아잉 낌 뜨 냐 짱 덴 후에 바오 싸

Người bán vé : Xin lỗi, tôi không biết.
응어이 반 베 씬 로이 또이 콩 비엣

(Ở phòng vé máy bay)

Anh Kim : Cô bán cho tôi một vé đi Hà Nội!
아잉 낌 꼬 반 쪼 또이 못 베 디 하 노이

Người bán vé : Anh muốn đi ngày nào?
응어이 반 베 아잉 무온 디 응아이 나오

Anh Kim : Dạ, ngày mai.
아잉 낌 자 응아이 마이

Người bán vé : Anh muốn đi chuyến 8:00 hay 10:00?
응어이 반 베 아잉 무온 디 쭈이엔 땀 저 하이 므어이 저

Anh Kim : Dạ, chuyến 8:00.
아잉 낌 자 쭈이엔 땀 저

Người bán vé : Anh mua vé một chiều hay vé khứ hồi?
응어이 반 베 아잉 무어 베 못 찌에우 하이 베 크 호이

Anh Kim : Dạ, khứ hồi. Bao nhiêu tiền một vé?
아잉 낌 자 크 호이 바오 니에우 띠엔 못 베

Người bán vé : Một triệu bốn trăm nghìn đồng!
응어이 반 베 못 찌에우 본 짬 응인 동

Anh Nam : Anh Kim đi du lịch có vui không?
아잉 남 아잉 낌 디 주 릭 꼬 부이 콩

Anh Kim : Rất vui! Đầu tiên tôi đi Nha Trang bằng xe tốc hành. Tôi
아잉 낌 젓 부이 더우 띠엔 또이 디 냐 짱 방 쎄 똑 하잉 또이

ở Nha Trang 2 ngày. Sau đó, tôi mua vé máy bay đi Hà
어 냐 짱 하이 응아이 사우 도 또 무어 베 마이 바이 디 하

Nội. Sau khi đến Hà Nội tôi đi tham quan nhiều nơi.
노이 사우 키 덴 하 노이 또이 디 탐 꽌 니에우 너이

Tôi cũng đi Hải Phòng.
또이 꿍 디 하이 퐁

Anh Nam : Trước khi trở lại thành phố Hồ Chí Minh anh ở đâu?
아잉 남 쯔억 키 저 라이 타잉 포 호 찌 밍 아잉 어 더우

Anh Kim : Vì không có vé nên tôi ở Hải Phòng 2 ngày.
아잉 낌 비 콩 꼬 베 넨 또이 어 하이 퐁 하이 응아이

(정거장에서)
김 씨 : 냐짱 가는 차표 한 장 주세요.
매표원 : 몇 시에 가는 차편을 원하십니까?
김 씨 : 저는 아침 8시에 가길 원합니다. 표 한 장에 얼마지요?
배표원 : 150000동입니다. 표 여기 있습니다.
김 씨 : 호치민에서 냐짱까지 얼마나 걸리지요?
매표원 : 약 7시간이요.
김 씨 : 냐짱에서 후에까지 얼마나 멀지요?
매표원 : 죄송합니다. 잘 모르겠습니다.

(항공권 매표소에서)
김 씨 : 하노이 가는 표 한 장 주세요.
매표원 : 며칠에 가길 원하세요?
김 씨 : 네, 내일이요.
매표원 : 8시 아니면 10시에 가길 원하세요?
김 씨 : 네, 8시요.
매표원 : 편도편 아니면 왕복편이요?
김 씨 : 네, 왕복편이요. 한 장에 얼마입니까?
매표원 : 1400000동이요.

남 씨 : 여행 즐거우셨습니까?
김 씨 : 매우 즐거웠습니다. 처음에 저는 급행열차를 타고 냐짱에 갔습니다. 저
는 냐짱에서 2일간 있었습니다. 그 후에, 저는 하노이 가는 비행기 표를
샀습니다. 하노이에 도착한 후에 많은 곳을 둘러 보았습니다. 저는 또한
하이퐁에 가 보았습니다.
남 씨 : 호치민에 돌아오기 전에 당신은 어디 있었습니까?
김 씨 : 표가 없어서 전 하이퐁에 2일간 있었습니다.

단어 익히기

- vé　　　　　　　　　표
  베
- chuyến　　　　　　차편
  쭈이엔
- bao lâu　　　　　　얼마동안
  바오 러우
- tiếng　　　　　　　시간
  띠엥
- bao xa　　　　　　얼마나 멉니까
  바오 싸
- (vé) một chiều　　편도(표)
  베　　못 찌에우
- (vé) khứ hồi　　　왕복(표)
  베　크　호이

- xe tốc hành　　　고속버스
  쎄 똑 하잉
- sau đó　　　　　　그 후에
  사우 도
- sau khi　　　　　　~후에
  사우 키
- trước khi　　　　　~전에
  쯔억 키
- trở lại　　　　　　돌아오다
  쩌 라이
- vì…. nên…….　　~때문에 ~그래서
  비　　넨

문법 설명

a. (Cô / chị / anh) bán cho tôi 1 vé đi ___________ =
　꼬　찌　아잉　반　쪼　또이 못 베 디

b. Từ ————— đến ————— mất bao lâu? =
　뜨　　　　　　　덴　　　　　　멋 바오 러우

c. Từ ————— đến ————— bao xa? =
　뜨　　　　　　　덴　　　　　　바오 싸

d. Vé của anh đây! =
　베 꾸어 아잉 더이

1. "*sau*"(사우), "*sau khi*"(사우 키), "*sau đó*"(사우 도), "*trước*"(쯔억), "*trước khi*"(쯔억 키) và "*trước đó*"(쯔억 도) : 다음 단어들의 구별

a) "Sau" và "trước" :

모형 :

SAU + 시간	
TRƯỚC	

예문

Sau thứ hai là thứ ba.　　　　(월요일 다음은 화요일.)
사우 트 하이 라 트 바

Tôi sẽ gặp anh Kim trước 5:00.　(나는 김씨를 5시 전에 만날 것이다.)
또이 세에 갑 아잉 낌 쯔억 남저

b) "Sau khi" (사우키)와 "trước khi" (쯔억키):

모형 :

문장의 부차적인 부분	문장의 주요한 부분
SAU KHI　　+동사 +··· TRƯỚC KHI	주어 – 서술어

예문

Sau khi ăn cơm, (밥을 먹은 후에,)　　　tôi đi học. (나는 학교에 간다)
사우 키 안 껌　　　　　　　　　　　　또이 디 혹

Trước khi về Hàn Quốc, (한국에 돌아가기 전에,)
쯔억 키 베 한 꾸옥

chúng ta đã gặp nhau. (우리들은 만났다.)
쭝 따 다 갑 냐우

c) "Sau đó" (사우도)와 "trước đó" (쯔억 도) :

모형 :

첫번째 문장

Tôi đến Hà Nội *ngày mùng 1 tháng 2*.
또이 덴 하 노이 응아이 뭉 못 탕 하이
(나는 하노이에 2월 1일에 갔다.)

Tôi gặp anh Kim *hôm qua*.
또이 갑 아잉 낌 홈 꽈
(나는 어제 김씨를 만났다.)

두번째 문장

Sau *đó*, tôi đi Huế.
사우 도 또이 디 후에
(그 뒤로, 나는 후에에 갔다.)

Trước *đó*, tôi thường gọi điện thoại.
쯔억 도 또이 트엉 고이 디엔 토아이
(그전에, 나는 보통 전화를 한다.)

2. 문장끝의 간단한 의문문

모형 :

문장의 주요한 부분	간단한 의문문
주어 – 서술어	có … không?

문 Anh đi du lịch có vui không?
아잉 디 주 릭 꼬 부이 콩

(여행 즐거우셨습니까?)

답 Dạ, có. (Tôi rất vui)
자 꼬 또이 젓 부이

(네, 정말 즐거웠습니다.)

문 Hôm nay, cô Lee học tiếng Việt có mệt không?
홈 나이 꼬 리 혹 띠엥 비엣 꼬 멧 콩

(오늘, 리 선생님 베트남어 공부 힘드셨습니까?)

답 Dạ, không.(cô Lee không mệt)
자 콩 꼬 리 콩 멧

(네, 아니요.)

3. "⋯mất bao lâu?" : (멋 바오 러우)

실행되는 시간에 대해 물을 때 쓰인다.

문 Từ chợ Bến Thành đến nhà anh đi bằng xe máy *mất bao lâu?*
뜨 쩌 벤 타잉 덴 냐 아잉 디 방 쎄 마이 멋 바오 러우

(벤타잉 시장에서 당신집까지 오토바이로 얼마나 걸립니까?)

답 [Từ chợ Bến Thành đến nhà tôi đi bằng xe máy] *mất 15 phút.*
뜨 쩌 벤 타잉 덴 냐 또이 디 방 쎄 마이 멋 므어이람 풋

(15분 걸립니다.)

4. "⋯⋯bao xa?" : (바오 싸) 거리에 대해 물을 때 쓰인다.

문 Từ chợ Bến Thành đến nhà anh *bao xa?*
뜨 쩌 벤 타잉 덴 냐 아잉 바오 싸

(벤타잉 시장에서 당신 집까지 얼마나 멉니까?)

답 [Từ chợ Bến Thành đến nhà tôi] *khoảng 2 ki lô mét.*
뜨　쩌　벤　타잉　덴　냐　또이　코앙　하이　끼　로　멧

(약 2키로 정도 됩니다.)

5. 원인～결과문

모형 : | $Vì$-주어-서술어- $nên$-주어-서술어

예문

$Vì$ tôi không có xe máy $nên$ tôi không đi chơi.
비　또이　콩　꼬　쎄　마이　녠　또이　콩　디　쩌이

(나는 오토바이가 없기 때문에 놀러다니지 않는다.)

$Vì$ trời mưa $nên$ chúng tôi ở nhà.
비　쩌이　므어　녠　쭝　또이　어　냐

(비가 와서 우리들은 집에 있다.)

3단계

연 습 문제

1. 다음 단어를 집어 넣으시오

sau, trước, sau khi, trước khi, sau đó, trước đó

a) Tôi sẽ về nhà ___________ 5:00 chiều.

b) ___________ là tháng hai.

c) ___________ học tiếng Việt, tôi sẽ về Hàn Quốc.

d) ___________ mùa thu là mùa đông.

e) Tôi đi học lúc 7:30. ___________ tôi ăn sáng.

f) ___________ chơi bóng bàn, tôi sẽ chơi bóng đá.

g) ___________ năm 1999, tôi sống ở Seoul.

2. 문장을 완성하시오.

a) ___________________________ có vui không?

　— Dạ có.

b) ________________________ có thú vị không?

   — Dạ không.

c) ________________________ có tốt không?

   — Dạ có.

d) ________________________ có mệt không?

   — Dạ không.

e) ________________________ có thuận tiện không?

   — Dạ không.

3. 다음 질문에 답하시오.

   a) Từ Hà Nội đến Seoul đi bằng máy bay mất bao lâu?

   ____

   b) Anh ăn sáng mất bao lâu?

   ____

   c) Cô Lee viết thư cho cô Kang mất bao lâu?

   ____

   d) Cô Lan đi bộ về nhà mất bao lâu?

   ____

   e) Từ nhà cô Lee đến trường đại học bao xa?

   ____

   f) Từ Sài Gòn đến Củ Chi bao xa?

   ____

4. 다음 문장을 완성하시오.

   a) Vì mẹ tôi mệt nên ________________________

   b) Vì tôi nói tiếng Việt giỏi nên ________________________

   c) Vì tôi thích Hà Nội nên ________________________

   d) Vì cô Lan đẹp hơn cô Hoa nên tôi ________________________

   e) Vì hôm nay tôi rất bận nên ________________________

   f) Vì trời rất nóng nên ________________________

표현 배우기 

BÀI ĐỌC

Bạn có muốn đi du lịch không?
반 꼬 무온 디 주 릭 콩

Bạn có thể đến Việt Nam để du lịch. Đầu tiên, bạn có thể đến Hà Nội
반 꼬 테 덴 비엣 남 데 주 릭 더우 띠엔 반 꼬 테 덴 하 노이

để tham quan những di tích nổi tiếng. Phong cảnh ở Hà Nội rất đẹp.
데 탐 꽌 니응 지 띡 노이 띠엥 퐁 까잉 어 하 노이 젓 뎁

Hà Nội có nhiều Hồ rất đẹp. Sau khi tham quan Hà Nội, bạn có thể
하 노이 꼬 니에우 호 젓 뎁 사우 키 탐 꽌 하 노이 반 꼬 테

đến Huế, bạn có thể tham quan những phố cổ. Sau đó, bạn hãy đến
덴 후에 반 꼬 테 탐 꽌 니응 포 꼬 사우 도 반 하이 덴

Nha Trang hoặc đến Đà Lạt. Khí hậu Đà Lạt rất tuyệt. Sau khi tham
냐 짱 호악 덴 다 랏 키 허우 다 랏 젓 뚜이엣 사우 키 탐

quan Đà Lạt, bạn hãy đến Vũng Tàu để ngắm biển.
꽌 다 랏 반 하이 덴 붕 따우 데 응암 비엔

Cuối cùng, bạn hãy đến thành phố Hồ Chí Minh. Ở thành phố này, bạn
꾸오이 꿍 반 하이 덴 타잉 포 호 찌 밍 어 타잉 포 나이 반

sẽ có những ngày du lịch thú vị.
세에 꼬 니응 응아이 주 릭 투 비

당신들은 여행가기 원하십니까

여러분들은 여행하기 위해서 베트남에 갈 수 있습니다. 처음에 여러분들은 유명한 유적들을 둘러보기 위해서 하노이에 갈 수 있습니다. 하노이의 풍경은 매우 아름답습니다. 하노이에는 매우 아름다운 호수들이 많습니다. 하노이를 둘러본 후에 여러분들은 후에에 갈 수 있습니다. 여러분들은 옛 거리들을 둘러볼 수 있습니다. 그 후에 여러분들은 냐짱이나 다랏에 가십시오. 다랏의 기후는 매우 환상적입니다. 다랏을 둘러본 후에 여러분들은 해변을 감상하기 위해 붕따우에 가십시오. 마지막으로 여러분들은 호치민에 오십시오. 이 도시에서 여러분들은 즐거운 여행 시간을 가질 수 있을 것입니다.

• di tích 지 떡	유적	• khí hậu 키 허우	기후
• nổi tiếng 노이 띠엥	유명한	• tuyệt 뚜이엣	뛰어나다
• hồ 호	호수	• ngắm biển 응암 비엔	바다를 보다
• phố 포	거리	• cuối cùng 꾸오이 꿍	마지막으로
• cổ 꼬	옛날		

◉ 한국 여행지에 대해 베트남어로 얘기해 봅시다.

☝ 속담 한마디

Thời gian thầm thoắt thoi đưa,
터이 쟌 텀 토앗 토이 드어

Nó đi đi mai không chờ đợi ai.
노 디 디 마이 콩 쩌 더이아이

시간은 베틀의 움직임처럼 빨리 흐르고,
영원히 지나가기만 할 뿐 아무도 기다려 주지 않는다.

15   TÔI CHƯA QUEN KHÍ HẬU VIỆT NAM
나는 아직 베트남 기후에 익숙하지 않습니다

Anh Nam : Anh Park sống ở Việt Nam (được) bao lâu rồi?
아잉 남 아잉 빡 송 어 비엣 남 드억 바오 러우 조이

Anh Park : Tôi sống ở Việt Nam được 3 tháng rồi.
아잉 빡 또이 송 어 비엣 남 드억 바 탕 조이

Anh Nam : Anh đã quen khí hậu Việt Nam chưa?
아잉 남 아잉 다 꾸엔 키 허우 비엣 남 쯔어

Anh Park : Dạ chưa, tôi chưa quen khí hậu Việt Nam.
아잉 빡 자 쯔어 또이 쯔어 꾸엔 키 허우 비엣 남

Anh Nam : Hôm nay anh đi đâu?
아잉 남 홈 나이 아잉 디 더우

Anh Park : Hôm nay tôi ở nhà. Hôm nay trời mưa to quá!
아잉 빡 홈 나이 또이 어 냐 홈 나이 쩌이 므어 또 꽈

Tôi nghe nói là sắp có bão, phải không?
또이 응에 노이 라 삽 꼬 바오 파이 콩

Anh Nam : Dạ phải, tôi cũng nghe nói như vậy.
아잉 남　자 파이 또이 꿍 응에 노이 니으 버이

Anh Park : Ôi, trời lạnh quá!
아잉 빡　오이 쩌이 라잉 꽈

Anh Nam : Anh biết nhiệt độ hôm nay không?
아잉 남　아잉 비엣 니엣 도 홈 나이 콩

Anh Park : Tôi nghe nói là 8° (= 8 độ).
아잉 빡　또이 응에 노이 라 땀도

Anh Nam : Trời ơi, 8° ! Anh đã mua áo ấm chưa?
아잉 남　쩌이 어이 땀도 아잉 다 무어 아오 엄 쯔어

Anh Park : Dạ rồi, tôi (đã) mua áo ấm rồi! Khí hậu Việt
아잉 빡　자 조이 또이 다 무어 아오 엄 조이 키 허우 비엣

Nam giống khí hậu Hàn Quốc.
남 종 키 허우 한 꾸옥

Anh Park : Axx...xì! Xin lỗi, chào bác sĩ!
아잉 빡　씬 로이 짜오 박 시

Bác sĩ : Chào anh! Anh bị cảm à?
박 시 짜오 아잉 아잉 비 깜 아

Anh Park : Dạ vâng (phải).
아잉 빡　자 벙 파이

Bác sĩ : Anh đã uống thuốc chưa?
박 시 아잉 다 우옹 투옥 쯔어

Anh Park : Dạ chưa.
아잉 박 자 쯔어

Bác sĩ : Anh có nhức đầu không?
박 시 아잉 꼬 니윽 더우 콩

Anh Park : Dạ có.
아잉 박 자 꼬

Bác sĩ : Anh bị cảm bao lâu rồi?
박 시 아잉 비 깜 바오 러우 조이

Anh Park : Dạ, tôi bị cảm 2 ngày rồi.
아잉 빡　자 또이 비 깜 하이 응아이 조이

Bác sĩ : Anh uống thuốc này trong 3 ngày. Không được uống rượu.
박 시 아잉 우옹 투옥 나이 쫑 바 응아이 콩 드억 우옹 즈어우

Anh Park : Cám ơn bác sĩ.
아잉 빡 깜 언 박 시

남 : 박씨는 베트남에서 얼마나 오랫동안 살았습니까?
박 : 나는 베트남에서 3개월 살았습니다.
남 : 당신은 베트남 기후에 익숙합니까?
박 : 아직이요, 나는 아직 베트남 기후에 익숙하지 않습니다.

남 : 오늘 당신은 어디에 갑니까?
박 : 나는 오늘 집에 있습니다. 오늘은 비가 매우 많이 옵니다.
　　듣기로는 곧 태풍이 온다던데, 맞습니까?
남 : 맞습니다. 나도 역시 그렇게 들었습니다.

박 : 오, 날씨가 매우 춥습니다.
남 : 당신은 오늘 기온을 알고 있습니까?
박 : 8도라고 들었습니다.
남 : 맙소사, 8도라구요! 따뜻한 옷을 사두었습니까?
박 : 네, 나는 이미 따뜻한 옷을 사두었습니다. 베트남 기후는 한국 기후와 비슷합
　　니다.

박 　 : 에취! 죄송합니다. 안녕하세요 의사선생님!
의사 : 안녕하세요, 당신은 감기에 걸리셨습니까?
박 　 : 네, 그렇습니다.
의사 : 약은 먹었습니까?
박 　 : 아직이요.
의사 : 머리가 아픕니까?
박 　 : 네.
의사 : 감기에 걸린지 얼마나 되었습니까?
박 　 : 감기 걸린지 이틀 되었습니다.
의사 : 이 약을 3일동안 드세요. 술은 마시면 안됩니다.
박 　 : 감사합니다. 의사선생님.

단어 익히기

• chưa 쯔어	아직	• (bị) cảm 비 깜	감기에 걸리다
• quen 꾸엔	익숙하다	• uống thuốc 우옹 투옥	약을 먹다
• khí hậu 키 허우	기후	• nhức đầu 니윽 더우	두통
• sắp 삽	곧	• trong + 시간 쫑	~동안
• bão 바오	태풍	• không được 콩 드억	할 수 없다 (불가능을 의미)
• nghe nói 응에 노이	듣기로는, 듣기에	• rượu 즈어우	술
• như vậy 니으 버이	그처럼, 그와 같이	• à? 긍정적인 대답을 기대하고 물을 때 아 사용하는 의문사	
• nhiệt độ 니엣 도	온도	• (được) bao lâu rồi? 얼마나 되었습 바오 러우 조이 니까	
• độ 도	도(열, 위도 등)		
• áo ấm 아오 엄	따뜻한 옷		
• giống 종	비슷하다		

관용 표현

a) Tôi cũng nghe nói như vậy =
또이 꿍 응에 노이 니으 버이

b) Trời ơi =
쩌이 어이

c) Tôi nghe nói là·················· =
  또이 응에 노이 라

d) Không được uống rượu =
  콩   드억 우옹 즈어우

문법 연습

1. "*đã quen*"(다 꾸엔) 또는 "*chưa quen*"(쯔어 꾸엔)은 이미 행하여진 일
   인지 아닌지에 대해서 물을 때 묻는 의문문

   모형 : 주어 + *đã*−동사 − (명사) ··· + *chưa*?

예문

문 Anh đã đi Nha Trang chưa?
  아잉 다 디 냐 짱   쯔어

  (냐짱에 가 본 적이 있습니까?)

답 Dạ rồi. Tôi đã đi Nha Trang rồi.
  자 조이. 또이 다 디 냐   짱 조이

  (네, 나는 냐짱에 가 본 적이 있습니다.) (긍정)

  Dạ chưa. Tôi chưa đi Nha Trang.
  자 쯔어 또이 쯔어 디 냐   짱

  (아니요, 나는 냐짱에 가 본 적이 없습니다.) (부정)

문 Cô Lee đã gọi điện thoại cho thầy Nam chưa?
  꼬 리 다 고이 디엔 토아이 쪼 터이 남 쯔어

  (리는 남 선생님께 전화를 드렸습니까?)

답 Dạ rồi. Cô Lee đã gọi điện thoại [cho thầy Nam] rồi.
  자 조이 꼬 리 다 고이 디엔 토아이 쪼 터이 남 조이

  (네, 리는 남 선생님께 전화를 드렸습니다.) (긍정)

  Dạ chưa. Cô Lee chưa gọi điện thoại [cho thầy Nam].
  자 쯔어 꼬 리 쯔어 고이 디엔 토아이 쪼 터이 남

  (아니요, 리는 아직 남 선생님께 전화를 드리지 않았습니다). (부정)

2. "⋯⋯(được) *bao lâu rồi?*" : (드억 바오 러우 조이)

과거에서 현재까지의 시간에 대해서 물을 때 쓰인다.

예문

🈁 Anh Park học tiếng Việt (được) bao lâu rồi?
아잉 빡 혹 띠엥 비엣 드억 바오 러우 조이

(박은 베트남어를 배운지 얼마나 됐습니까?)

🈁 Dạ [tôi học tiếng Việt] (được) 3 năm rồi.
자 또이 혹 띠엥 비엣 드억 바 남 조이

(네 [나는 베트남어를 배운지] 3년 됐습니다.)

3. "..*nghe nói là* (rằng)⋯" : (응에 노이 라)

내가 들은 것을 간접화법으로 전달할 때

Tôi nghe nói là (rằng)   giáo sư Lee sẽ đến Việt Nam.
또이 응에 노이 라 (장)   쟈오 스 리 세에 덴 비엣 남

Người ta nói là (rằng)   hôm nay trời mưa to.
응어이 따 노이 라 (장)   홈 나이 쩌이 므어 또

4. "*cũng vậy*"(꿍 버이) và "⋯*cũng* ⋯....*như vậy*"(꿍 니으 버이)

이미 말한 문장을 반복해서 말하고 싶지 않을 때 쓰인다.

예문

a) Anh Park : Tôi *thích cà phê.*
아잉 빡   또이 틱 까 페

(나는 커피를 좋아합니다.)

Anh Nam : Tôi *cũng vậy.* (=Tôi cũng thích cà phê)
아잉 남   또이 꿍 버이

(나도 그래요.)

b) Cô Lan : Anh Kim *là người Hàn Quốc.*
꼬 란   아잉 낌 라 응어이 한 꾸옥

(김군은 한국인입니다.)

| Cô Hoa | : Anh Park *cũng vậy.* |
| 꼬 화 | 아잉 빠끄 꿍 버이 |

(박군도 그렇습니다.)

c) Anh Bình : Tôi đề nghị chúng ta đi uống cà phê.
   아잉 빈 또이 데 응이 쭝 따 디 우옹 까 페

(나는 우리가 커피를 마시러 갔으면 합니다.)

Anh Hong : Tôi *cũng* đề nghị *như vậy.*
   아잉 홍 또이 꿍 데 응이 니으 버이

(= Tôi *cũng* đề nghị chúng ta đi uống cà phê).
(나도 그렇게 생각해요.)

5. *"giống"* và *"khác"* : ("종" 바 "칵") 같고 다름을 비교할 때 쓰인다.

예문

Khí hậu Việt Nam *giống* khí hậu Hàn Quốc.
키 허우 비엣 남 종 키 허우 한 꾸옥

(베트남 기후는 한국 기후와 비슷하다.)

Khí hậu Việt Nam *khác với* khí hậu Hàn Quốc.
키 허우 비엣 남 칵 버이 키 허우 한 꾸옥

(베트남 기후는 한국 기후와 다르다.)

모형 :

주어(A)–giống–B
주어(A)– khác với–B

주의 : *"nhau"* 라는 단어를 사용할 때 주의해야 한다.

Khí hậu Việt Nam và Hàn Quốc giống nhau.
키 허우 비엣 남 바 한 꾸옥 종 냐우

(베트남과 한국의 기후는 서로 비슷하다.)

Khí hậu Việt Nam và Hàn Quốc khác nhau.
키 허우 비엣 남 바 한 꾸옥 칵 냐우

(베트남과 한국의 기후는 서로 다르다.)

모형 :

A và B–giống nhau
A và B–khác (với) nhau

연습 문제

1. 질문을 만드시오.

a) _______________________________________ ?

→ Dạ rồi. Tôi đã mua xe máy rồi.

b) _______________________________________ ?

→ Dạ chưa. Tôi chưa ăn sáng.

c) _______________________________________ ?

→ Dạ rồi. Tôi đã uống cà phê rồi.

d) _______________________________________ ?

→ Dạ rồi. Tôi đã thuê một phòng ở khách sạn rồi.

e) _______________________________________ ?

→ Dạ chưa. Tôi chưa có vợ.

f) _______________________________________ ?

→ Dạ rồi. Tôi đã uống thuốc rồi.

2. 질문을 완성하시오.

a) Cô Lee _______________________________ chưa?

b) Anh Bình _______________________________ chưa?

c) Ông Hải _______________________________ chưa?

d) Anh Hoa _______________________________ chưa?

3. 아래의 물음에 답하시오.

a) Anh đang ăn cơm à?

____

b) Vợ anh mới đến Việt Nam à?

____

c) Công ty của anh mới thành lập à?

____

d) Anh là bác sĩ à?

____

e) Đây là xe hơi của Nhật Bản à?

____

4. "*giống*"과 "*khác*"을 사용하여 문장을 완성하시오.

a) Nhiệt độ hôm nay _______________________________

b) Thức ăn Việt Nam _______________________________

c) Cô Lan nói tiếng Anh _____________________________

d) Hôm nay trời lạnh _______________________________

5. "*không được*"을 사용하여 작문하시오.

a) Anh Nam bị bệnh, bác sĩ yêu cầu :

→ *Không được* hút thuốc!

b) Cô Lan thường đi học trễ, thầy giáo yêu cầu:

→ _______________________________________

c) Tài xế lái xe không cẩn thận, giám đốc yêu cầu tài xế:

→ _______________________________________

6. ".....(được) *bao lâu rồi*?"로 질문하고 답하시오.

a) Anh biết lái xe ___________________________________?

→ Tôi biết lái xe ___________________________________.

b) Cô Lee sống ở Seoul ______________________________?

→ Cô Lee sống ở Seoul ______________________________.

c) Thầy Nam dạy tiếng Việt ___________________________?

→ Thầy Nam dạy tiếng Việt ___________________________.

d) Anh thuê xe máy này _______________________________?

→ Tôi thuê xe máy này _______________________________.

7. 다음의 문장을 완성하시오.

a) Tôi nghe nói là Việt Nam ___________________________

b) Người ta nói rằng chợ Bến Thành _____________________

c) Tôi nghe nói là Hồ Tây _______________________________________

d) Chúng tôi nghe nói là anh Kim_______________________________

8. "*cũng vậy*", "···*cũng*··· *như vậy*"를 사용하여 아래의 문장들을 완성하시오.

a) Anh Lee thích cà phê. → Tôi _________________________________.
b) Cô Park là người Hàn Quốc. → Cô Kim_________________________.
c) Cho anh Kim một ly cà phê đá. → Tôi ________________________.
d) Người ta nói là phở Việt Nam rất ngon. → Tôi _______________

표현 배우기

BÀI ĐỌC

Khí hậu Việt Nam
키 허우 비엣 남

Khí hậu ở miền Bắc và miền Nam Việt Nam khác nhau. Miền Bắc
키 허우 어 미엔 박 바 미엔 남 비엣 남 칵 냐우 미엔 박

có 4 mùa: mùa xuân, mùa hạ, mùa thu và mùa đông. Miền Nam chỉ
꼬 본 무어 무어 쑤언 무어 하 무어 투 바 무어 동 미엔 남 찌

có 2 mùa: mùa khô (=mùa nắng) và mùa mưa.
꼬 하이 무어 무어 코 (무어 낭) 바 무어 므어

Ở miền Bắc, mùa xuân có hoa và mùa đông không có tuyết. Nhiệt
어 미엔 박 무어 쑤언 꼬 화 바 무어 동 콩 꼬 뚜이엣 니엣

độ mùa hè có thể đến 38°.
도 무어 헤 꼬 테 덴 바므어이땀도

Ở miền Nam, mùa mưa từ tháng 4 đến tháng 11. Vào mùa mưa, bạn
어 미엔 남 무어 므어 뜨 탕 뜨 덴 탕 므어이못 바오 무어 므어 반

có thể thấy mưa nhiều.
꼬 테 터이 므어 니에우

Nhiều người nước ngoài có thể chưa quen khí hậu Việt Nam nhưng
니에우 응어이 느억 응와이 꼬 테 쯔어 꾸엔 키 허우 비엣 남 니응

họ sẽ cảm thấy thoải mái khi đi du lịch.
호 세에 깜 터이 토아이 마이 키 디 주 릭

베트남 기후
베트남의 북부와 남부의 기후는 서로 다르다. 북부 지역은 봄, 여름, 가을, 겨울 4
계절이 있다. 남부 지역은 건기와 우기 단지 2계절 밖에 없다.
북부 지역은 봄에는 꽃이 피지만 겨울에는 눈이 내리지 않는다.여름의 기온은 38
도 일때도 있다.
남부 지역은 4월부터 11월까지가 우기이다. 우기에 들어서면, 여러분은 많은 비
를 볼 수 있다.
많은 외국인들은 아직 베트남 기후에 익숙하지 않을 수도 있지만 그들은 여행을
할 때 상쾌함을 느낄 것이다.

단어

• mùa 무어	계절		• mùa mưa 무어 므어	우기
• mùa xuân 무어 쑤언	봄		• hoa 화	꽃
• mùa hạ 무어 하	여름		• mưa 므어	비
• tuyết 뚜이엣	눈		• cảm thấy 깜 터이	느끼다
• mùa thu 무어 투	가을		• thoải mái 토아이 마이	상쾌하다
• mùa đông 무어 동	겨울			
• mùa khô 무어 코	건기			
(＝mùa nắng) 무어 낭				

◉ 한국의 기후에 대해서 베트남어로 말하거나 쓰시오.

부 록

1. TÓM LƯỢC CÁC TỪ (단어정리)
2. 연습문제 정답 및 해석

명 사

Bài 1

người 응어이	사람
sinh viên 싱 비엔	대학생

Bài 2

tên 뗀	이름
giáo viên 자오 비엔	선생님
người Trung Quốc 응어이 쭝 꾸옥	중국사람
người Hàn Quốc 응어이 한 꾸옥	한국사람
tờ báo 떠 바오	신문
quyển sách 꾸이엔 사익	책
máy vi tính 마이 비 띵	컴퓨터
phóng viên 퐁 비엔	기자
tiếng Anh 띠엥 아잉	영어
tiếng Nhật 띠엥 녓	일본어
bạn 반	친구(동지)

Bài 3

ti vi 띠 비	TV
cơm 껌	밥
mẹ 메	어머니
ba(cha) 바 짜	아버지
thư 트	편지
cà phê 까 페	커피
máy vi tính 마이 비 띵	컴퓨터
bóng bàn 봉 반	탁구
nhạc 냑	음악
tiếng Nga 띠엥 응아	러시아어
ký túc xá 끼 뚝 싸	기숙사
phòng 퐁	방
số 2 (＝hai) 소 하이	2번
1 (＝một) 못	하나
điện thoại 디엔 토아이	전화기
máy lạnh 마이 라잉	에어컨

xe đạp 쎄 답	자전거	người bán 응어이 반	파는 사람
bạn 반	친구	(1) chai 짜이	(한)병
		dầu gội đầu 저우 고이 더우	샴푸

Bài 4

xe máy 쎄 마이	오토바이	xà phòng(＝xà bông) 싸 퐁 싸 봉	비누
quán ăn 꽌 안	음식점	nón (＝mũ) 논 무	모자
hiệu sách 히에우 사익	서점	đôi 도이	켤레
rạp chiếu bóng 잡 찌에우 봉	극장	giầy 저이	구두
chợ 쩌	시장	gương 그엉	거울
nhà hàng 냐 항	식당	lược 르억	빗
siêu thị 시에우 티	슈퍼마켓	con gà 꼰 가	닭
thức ăn 특 안	음식	con vịt 꼰 빗	오리
công ty 꽁 띠	회사	con cá 꼰 까	물고기
năm nay 남 나이	올해	quạt máy 꽛 마이	선풍기
tuổi 뚜오이	나이	áo 아오	옷
trường đại học 쯔엉 다이 혹	대학교	quần 꿘	바지
nhà trọ 냐 쪼	셋집	cặp sách 깝 사익	가방
số 1,10, 11, 12…	21, 22	con bò 꼰 보	소
		con heo 꼰 헤오	돼지

Bài 5

| từ điển
뜨 디엔 | 사전 | con chim
꼰 찜 | 새 |

hàng hoá 항 화	상품	bưu điện 부 디엔	우체국

Bài 6

thịt gà 팃 가	닭고기
quần 꿘	바지
người nước ngoài 응어이 느억 응와이	외국인

Bài 6

hôm nay 홈 나이	오늘
căn-tin 깐 띤	학생식당

Bài 7

@ = a còng 아 꽁	골뱅이
(= a móc) 아 목	
điện thoại di động 디엔 토아이 지 동	핸드폰
địa chỉ 디아 찌	주소
đường 드엉	길, 거리
quận 꿘	군(행정구역)
máy nhắn tin 마이 냔 띤	삐삐
thư ký 트 끼	비서
tầng 떵	층
trạm điện thoại công cộng 짬 디엔 토아이 꽁 꽁	공중전화
thẻ điện thoại 테 디엔 토아이	전화카드

Bài 8

tiếp tân 띠엡 떤	호텔직원
nữ tiếp tân 느 띠엡 떤	호텔여직원
khách sạn 카익 산	호텔
phòng đơn 퐁 던	싱글룸
phòng đôi 퐁 도이	더블룸
đô-la(USD) 도 라	달러
một ngày 못 응아이	하루
tủ lạnh 뚜 라잉	냉장고
người hướng dẫn 응어이 흐엉 전	안내원
nhật ký 녓 끼	일기
hiện nay 히엔 나이	요즈음

Bài 9

tiệm cà phê 띠엠 까 페	커피숍
thực đơn 특 던	메뉴(식단)
ly 리	잔(종별사)
nước dừa 느억 즈어	코코넛쥬스
đá (ice) 다	얼음

cà phê sữa 까 페 스어	밀크 커피	phở 퍼	베트남 쌀국수
cà phê đá 까 페 다	아이스 커피	công viên 꽁 비엔	공원
cà phê sữa đá 까 페 스어 다	아이스 밀크커피	nhà hàng 냐 항	식당
đá chanh 다 짜잉	레몬쥬스	nơi 너이	장소
nước cam 느억 깜	오렌지쥬스	thói quen 토이 꾸엔	습관
dừa 즈어	야자수	hủ tiếu 후 띠에우	베트남 고유 음식
giá 자	가격	cơm 껌	밥
kem ly 껨 리	아이스크림	cá 까	생선
Cocacola 꼬까꼴라	코카콜라	thịt 팃	고기
Pepsi 펩시	펩시	canh 까잉	국
bia Tiger 비어 따이거	타이거맥주	bữa ăn 브어 안	식사
bia 333 비어바바바	333맥주	hướng dẫn viên 흐엉 전 비엔	가이드

Bài 10

món ăn 몬 안	음식
bây giờ 버이 저	지금
súp cua 숩 꾸어	게수프
chả giò 짜 조	베트남 만두
cơm chiên 껌 찌엔	볶음밥
lẩu dê 러우 제	염소요리

Bài 11

sân bay 선 바이	공항
đón 돈	마중하다
tắc xi(=taxi) 딱 씨	택시
chỗ 쪼	좌석
chờ(=đợi) 쩌 더이	기다리다
trước 쯔억	~앞

các anh	여러분
깍 아잉	
chạy	달리다
짜이	
nhanh	빨리
냐잉	
một chút	잠깐, 조금
못 쭛	
bị	수동태
비	(안 좋은 일을 당할 때)
trễ (muộn)	늦다, 북쪽에서는 muộn
쩨 무온	
bởi vì	왜냐하면
버이 비	
hiểu	이해하다
히에우	
xe lửa (=tàu hoả)	기차
쎄 르어 따우 호아	
thứ nhất	첫번째
트 녓	
khởi hành	출발하다
커이 하잉	
xem	보다
쎔	
phong cảnh	풍경
퐁 까잉	

Bài 12

ngân hàng	은행
응언 항	
mệt	피곤한
멧	
bên trái	왼쪽
벤 짜이	
ngã tư	사거리
응아 뜨	
thứ hai (=thứ nhì)	두번째
트 하이 트 니	
thang máy	승강기
탕 마이	

trời	날씨
쩌이	
tuần sau	다음주
뚜언 사우	
tham quan	관광
탐 꽌	
đầu tiên	초기에
더우 띠엔	
sáng nay	오늘아침
상 나이	

Bài 13

hôm qua	어제
홈 꽈	
tiền	돈
띠엔	
tỉ giá	환율
띠 자	
tài khoản	계좌
따이 코안	
hôm nay	오늘
홈 나이	
ngày mai	내일
응아이 마이	
mỗi ngày	매일
모이 응아이	
(=hàng ngày)	
항 응아이	
hôm kia	그저께
홈 끼어	
dạo này	요즘
자오 나이	
tuần này	이번주
뚜언 나이	
tuần trước	저번주
뚜언 쯔억	
tuần sau	다음주
뚜언 사우	

giám đốc 잠 독	사장	bão 바오	태풍
tiền giấy 띠엔 저이	지폐	nhiệt độ 니엣 도	온도
giá trị 자 찌	가치	Độ 도	도(열,위도등)
tiền lẻ 띠엔 레	소액권, 잔돈	áo lạnh 아오 라잉	겨울 옷
tiền chẵn 띠엔 짠	고액권	rượu 즈어우	술
		vợ 버	부인
Bài 14		mùa 무어	계절
vé 베	표	mùa xuân 무어 쑤언	봄
chuyến 쭈이엔	차편	mùa hạ 무어 하	여름
tiếng 띠엥	시간	mùa thu 무어 투	가을
(vé) một chiều 베 못 찌에우	편도표	mùa đông 무어 동	겨울
(vé) khứ hồi 베 크 호이	왕복표	mùa khô 무어 코	건기
xe tốc hành 쎄 똑 하잉	고속버스	(=mùa nắng) 무어 낭	
mùa thu 무어 투	가을	tuyết 뚜이엣	눈
mùa đông 무어 동	겨울	mưa 므어	비
di tích 지 띡	유적		
hồ 호	호수		
phố 포	거리	**동 사**	
Bài 15		**Bài 1**	
khí hậu 키 허우	기후	là 라	~이다

chào 짜오	안녕하세요	viết 비엣	쓰다
cám ơn 깜 언	감사합니다	sử dụng 스 중	사용하다
hẹn 헨	약속하다	sống 송	살다
gặp 갑	만나다	có 꼬	~있다
đến 덴	도착하다/ 오다		

Bài 2

giới thiệu 저이 티에우	소개하다
được 드억	할 수 있다
xin lỗi 씬 로이	죄송합니다
muốn 무온	원하다
học 혹	공부하다

Bài 4

cần 껀	필요하다
mua 무어	사다
làm việc 람 비엑	일하다
dậy 저이	일어나다

Bài 3

xem 쎔	보다
đọc 독	읽다
uống 우웅	마시다
ăn 안	먹다
chơi 쩌이	놀다
biết 비엣	알다
nghe 응에	듣다

Bài 5

đi mua sắm 디 무어 삼	쇼핑하러 가다
hỏi 호이	묻다
gọi (là) 고이 라	(…라고) 부르다
thích 틱	좋아하다

Bài 6

đi học 디 혹	공부하러 가다
đến trường 덴 쯔엉	학교에 가다
ăn trưa 안 쯔어	점심을 먹다
đi 디	가다

rửa mặt 즈어 맛	세수하다	
về nhà 베 냐	집에 오다	
nghỉ trưa 응이 쯔어	점심 휴식	
ăn tối 안 또이	저녁을 먹다	
đi ngủ 디 응우	잠자러 가다	

Bài 7

làm ơn 람 언	실례하지만, 미안하지만
gặp (bài 1) 갑	만나다
gọi (điện thoại) 고이 디엔 토아이	전화하다
gửi thư 그이 트	편지를 보내다
nhận 년	받다

Bài 8

cần 껀	필요하다
thuê 투에	빌리다
hết…..rồi 헷 … 조이	없다
được 드억	~할 수 있다
chạy (xe máy) 짜이 쎄 마이	달리다
lái (xe hơi) 라이 쎄 허이	운전하다
trở về 쩌 베	돌아가다

Bài 9

uống 우옹	마시다
xem 쎔	보다
xin 씬	~해 주세요
cho đá vào… 쪼 다 바오	~에 얼음을 넣다
gọi 고이	부르다
tính tiền 띵 띠엔	계산하다
mở (cửa) 머 끄어	(문을)열다
đóng (cửa) 동 끄어	(문을)닫다

Bài 10

đi 디	가다
ăn 안	먹다
chọn 쫀	고르다
nấu ăn 너우 안	음식을 요리하다
nấu 너우	요리하다
đi du lịch 디 주 릭	여행가다
đi chơi 디 쩌이	놀러가다
bán 반	팔다
tốn 똔	지불하다/소비하다

Bài 11

chờ (= đợi)
쩌 더이
기다리다

bị
비
수동태(~당하다)

hiểu
히에우
이해하다

khởi hành
커이 하잉
출발하다

xem
쎔
보다

đi bộ
디 보
걷다

than phiền
탄 피엔
잔소리하다

phê bình
페 빙
지적하다

kẹt xe
껫 쎄
교통체증

chỗ
쪼
좌석

Bài 12

đi thẳng
디 탕
직진하다

tiếp tục
띠엡 뚝
계속

rẽ trái
제 짜이
왼쪽으로 꺾어지다

lặp lại
랍 라이
반복하다

rẽ phải
제 파이
오른쪽으로 꺾어지다

thấy
터이
보이다

đi qua
디 꽈
지나가다

quản lý
꽌 리
관리하다

lên
렌
올라가다

(trời) mưa
쩌이 므어
비가오다

sợ
서
두렵다

Bài 13

đổi
도이
바꾸다

gửi tiền
그이 띠엔
송금하다

giúp đỡ
줍 더
도와주다

buôn bán
부온 반
장사하다

cần
껀
필요하다

rút riền
줏 띠엔
출금하다

kinh doanh
낑 조아잉
경영하다

thanh toán
타잉 또안
청산하다

Bài 14

trở lại
쩌 라이
돌아오다

ngắm (biển)
응암 비엔
(바다를)보다

Bài 15

quen
꾸엔
익숙하다

cảm thấy
깜 터이
느끼다

thoải mái	상쾌하다	Bài 4	
토아이 마이			
(bị) cảm	감기에 걸리다	tốt	좋다
비 깜		똣	
nghe nói	듣기로	Bài 5	
응에 노이			
uống thuốc	약을 먹다	to	크다
우옹 투옥		또	
nhức đầu	두통	rẻ	싸다
니윽 더우		제	
(＝đau đầu)		mắc (đắt)	비싸다
다우 더우		막 닷	
đề nghị	청유하다, 요구하다	nhỏ	작다
데 응이		뇨	
thành lập	설립하다	xấu	못난
타잉 럽		써우	
		béo＝mập	뚱뚱한
		베오 ＝ 멉	
		gầy＝ốm	마른
		거이 ＝ 옴	

형용사

		mới	새로운
		머이	
		nhiều	많은
		니에우	

Bài 1			
khỏe	건강하다	Bài 6	
쾌		bận	바쁘다
bình thường	평상시	번	
빙 트엉		thuận tiện	편리하다
		투언 띠엔	
Bài 2			
hân hạnh	기쁘다	Bài 7	
헌 하잉		nóng	덥다
		농	
Bài 3			
thú vị	재미있다	Bài 8	
투 비		ngon	맛있다
đẹp	아름다운	응온	
뎁			

rẻ 제	싸다	**Bài 13**	
cũ 꾸	낡은, 오래된	cổ (=xưa) 꼬 쏘아	옛날, 오래된
mắc (đắt) 막 닷	비싸다	nổi tiếng 노이 띠엥	유명하다
lạnh 라잉	춥다	tuyệt 뚜이엣	뛰어나다
bình dân 빙 전	서민적인	**Bài 14**	
sang trọng 상 쫑	사치스러운	giống 종	같다
		khác 칵	다르다

Bài 9

to 또	큰, 거대한	

Bài 15

chăm chỉ 짬 찌	열심히 하다
hư (=hỏng) 흐 홍	부패한

Bài 10

trễ 쩨	늦다
nhanh 냐잉	빠르다
phức tạp 픅 땁	복잡하다
thuận tiện 투언 띠엔	편리하다

대명사 및 다른 종류

Bài 11

gần 건	가깝다
hạnh phúc 하잉 푹	행복하다

Bài 1

cô 꼬	
anh 아잉	
thầy 터이	
tôi 또이	
cũng 꿍	
lại 라이	

Bài 12

tốt 똣	좋다
thấp 텁	낮다

thế nào
테 나오

còn
꼰

mới
머이

đây (là)
더이 라

Bài 2

bạn
반

dạ
자

và
바

Bài 3

ai
아이

cô ấy
꼬 어이

anh ấy
아잉 어이

rất
젓

ở
어

của
꾸어

không có
콩 꼬

Bài 4

ở đâu
어 더우

ơi
어이

tôi /em
또이 / 엠

chúng tôi/ chúng ta
쭝 또이/ 쭝 따

anh/ ông /···
아잉 / 옹

chỉ
찌

chị/ cô/···
찌 / 꼬

các anh /các ông···
깍 아잉 / 깍 옹

chị ấy/ ông ấy/ bà ấy···
찌 어이/ 옹 어이/ 바 어이

họ
호

của ai
꾸어 아이

Bài 5

này
나이

ở đây
어 더이

cái
까이

quá
꽈

quyển
꾸이엔

cục
꾹

như
니으

Bài 6

thường
트엉

bao nhiêu
바오 니에우

Bài 7

lúc mấy giờ?
룩 머이 저

ngày mấy?
응아이 머이

từ…đến…
뜨… 덴

mấy giờ?
머이 저

vào thứ mấy?
바오 트 머이

sẽ
쎄

Bài 8

(số) mấy?
소 머이

trên (đường)
쩬 드엉

có thể
꼬 테

phải
파이

Bài 9

a lô
알 로

đấy là…
더이 라

loại nào?
로아이 나오

bao nhiêu
바오 니에우

cho nên
쪼 넨

hơn
헌

Bài 10

thế à!
테 아

đặc biệt là
닥 비엣 라

tất cả
떳 까

Bài 11

họ
호

đang
당

đi (mệnh lệnh)
디 (명령)

thế thì
테 티

tại (＝ở)
따이 어

ở đó
어 도

khác
칵

khoảng
코앙

hoặc
호악

Bài 12

các anh
깍 아잉

tại sao
따이 사오

bởi vì
버이 비

có thể
꼬 테

bằng
방

vì vậy
비 버이

từ nay
뜨 나이

Bài 13

hay
하이

với nhau
버이 냐우

như thế thì
니으 테 티

nếu……thì……
네우 … 티

hãy
하이

Bài 14

bao lâu
바오 러우

bao xa
바오 싸

vì…..nên…
비 … 넨

sau đó
사우 도

sau khi
사우 키

trước khi
쯔억 키

cuối cùng
꾸오이 꿍

Bài 15

chưa
쯔어

sắp
삽

à?
아

trong+(thời gian)
쫑   (시간)

đã….chưa?
다 … 쯔어

cũng vậy
꿍 버이

cũng…như vậy….
꿍   니으 버이

giống nhau
종   냐우

khác nhau
칵   냐우

rồi
조이

1. a) em, thầy, khoẻ, em, em, thầy
   b) anh, cám ơn em, em, cám ơn anh, em, anh, gặp lại.
2. A) Anh có khoẻ không?
   C) Chị có khoẻ không?
   E) Cô có khoẻ không?

---

1. a) 남 선생님 : 안녕!

   박 : 안녕하세요! 선생님 건강하세요?

   남 선생님 : 고맙다. 난 건강해.

   　　　　　　 넌 어떠니?

   박 : 감사합니다, 선생님. 저도 건강합니다.

   b) 란 : 안녕하세요! 건강하세요?

   김 : 고마워. 난 건강해. 넌 어떠니?

   란 : 고마워요. 저도 건강해요.

   김 : 안녕. 또 만나자!

   란 : 안녕히 가세요. 또 만나요!

2. A) 당신은 건강합니까?

   B) 감사합니다. 나는 건강합니다.

   C) 당신은 건강합니까?

   D) 감사합니다. 그저 그렇습니다.

   E) 당신은 건강합니까?

   F) 건강하지 않습니다.

1. a) là sinh viên phải không?
   b) là người Việt Nam phải không?
   c) tờ báo phải không?
   d) là giáo viên phải không?, sinh viên
   e) anh Kim phải không?, anh park
2. a) Cô Lan không phải là người Việt Nam.

---

   b) Anh Kim không phải là sinh viên.
   c) Cô Kim không phải là giáo viên.
   d) Đây không phải là máy vi tính.
   e) Chị Linh không phải là phóng viên.
3. a) em, tôi, em, em.
   b) em, tôi.

---

1. a) 박씨는 (대)학생이죠?

   – 예, 박씨는 (대)학생입니다.

   b) 란양은 베트남사람이죠?

   – 예, 란양은 베트남사람입니다.

   c) 이것은 신문이죠?

   – 예, 이것은 신문입니다.

   d) 레씨는 선생님이죠?

   – 아닙니다. 레씨는 선생님이 아닙니다.

   e) 저 사람은 김씨죠?

   – 아닙니다. 저 사람은 김씨가 아닙니다.
   저 사람은 박씨입니다.

2. a) 란양은 베트남사람이 아닙니다.

   b) 김씨는 대학생이 아닙니다.

   c) 김양은 선생님이 아닙니다.

   d) 이것은 컴퓨터가 아닙니다.

   e) 링양은 기자가 아닙니다.

3. a) 선생님 : 안녕!

   학생 : 안녕하세요, 선생님. 선생님 건강하시죠?

   선생님 : 고맙다. 나는 건강해. 너는?

   학생 : 예, 감사합니다 선생님. 저도 건강합니다.

   b) (리씨는 30세, 란양은 23세)

   리 : 이름이 뭐예요?

   란 : 저는 란입니다. 당신은요?

   리 : 나는 리입니다.

3

1. – 마시다   – 밥
   – 먹다   – 어머니
   – 놀다   – 아버지
   – 알다   – 편지
   – 듣다   – 커피
   – 쓰다, 적다   – 컴퓨터
   – 사용하다   – 탁구
          – 음악
          – 러시아어

2. a) Anh Kim uống cà phê.
   b) Mẹ viết thư.
   c) Ba ăn cơm.
   d) Cô Lan sử dụng máy vi tính.
   e) Anh Park chơi bóng bàn.
   f) Chị Hà biết tiếng Nga.
   g) Cô Lee nghe nhạc.

3. a) Anh Kim có biết tiếng Việt không?
   b) Anh có uống cà phê không?
   c) Cô Lan có học tiếng Anh không?
   d) Anh là người Hàn Quốc phải không?
   e) Đây là cô Linh phải không?
   f) Mẹ có viết thư không?

4. a) ◯ → Tôi uống cà phê.
   b) ✓
   c) ◯ → Thầy giáo xem ti vi.
   d) ✓
   e) ◯ → Tôi biết tiếng Anh.
   f) ◯ → Cô Hà chơi bóng ban.
   g) ◯ → Mẹ Viết thư.

2. a) 김씨는 무엇을 마십니까?
      – 김씨는 커피를 마십니다.
   b) 어머니는 무엇을 쓰십니까?
      – 어머니는 편지를 씁니다.
   c) 할머니는 무엇을 드십니까?

   – 할머니는 밥을 먹습니다.
   d) 란양은 무엇을 사용합니까?
      – 란양은 컴퓨터를 사용합니다.
   e) 박씨는 무엇을 합니까?
      – 박씨는 탁구를 칩니다.
   f) 하양은 무엇을 압니까?
      – 하양은 러시아어를 할 줄 압니다.
   g) 리양은 무엇을 듣습니까?
      – 리양은 음악을 듣습니다.

3. a) 김씨는 베트남어를 할 줄 압니까?
      – 예, 김씨는 베트남어를 압니다.
   b) 당신은 커피를 마십니까?
      – 아니요, 나는 커피를 마시지 않습니다.
   c) 란양은 영어를 공부합니까?
      – 예, 란양은 영어를 공부합니다.
   d) 당신은 한국사람이 맞죠?
      – 예, 나는 한국사람입니다.
   e) 이분은 링양이 맞죠?
      – 아니오, 이분은 김양입니다.
   f) 어머니는 편지를 쓸니까?
      – 아니오, 어머니는 편지를 쓰지 않습니다.

4. a) 나는 컴퓨터를 마십니다.
   b) 할머니는 편지를 읽습니다.
   c) 선생님은 커피를 봅니다.
   d) 박씨는 베트남어를 공부합니다.
   e) 나는 음악을 알고 있습니다.
   f) 하양은 책을 합니다.
   g) 어머니는 탁구를 씁니다.

4

2. a) Anh ấy
   b) Chị ấy
   c) ông ấy
   d) Em ấy
   e) Chúng tôi
   f) Họ

3. – 사다　　　– 서점　　　– 슈퍼마켓
　　– 일하다　　– 극장　　　– 반찬
　　– 가르치다　– 시장　　　– 회사
　　　　　　　　– 식당

4. a) Tôi sống ở Hà Nội.
　 b) Chị ấy mua sách ở hiệu sách.
　 c) Anh ấy mua thức ăn ở chợ.
　 d) Tôi ăn cơm ở nhà hàng.
　 e) Anh ấy xem phim ở rạp chiếu bóng.
　 f) Thầy ấy dạy tiếng Việt ở trường đại
　　　học.
　 g) Cô ấy làm việc ở công ty.

5. a) Đây là tờ báo của anh Lee.
　 b) Kia là ti vi của tôi.
　 c) Xe đạp của chị Lan.
　 d) Máy vi tính của anh Nam.
　 e) Anh Nam là bạn của chị Linh.
　 f) Thức ăn của cô Park.

Bài đọc
질문을 만드시오
　 a) Cô kim làm việc ở đâu?
　　　Cô kim làm việc ở công ty.
　 b) Cô ấy là bạn của ai?
　　　Cô ấy là bạn của anh Bình.
　 c) Cô kim mới học gì?
　　　Cô kim mới học tiếng Việt.
　 d) Thầy giáo của cô kim là ai?
　　　Thầy giáo của cô kim là thầy Nam.
　 e) Thầy Nam dạy tiếng Việt ở đâu?
　　　Thầy Nam dạy tiếng Việt ở trường
　　　Thầy Nam dạy tiếng Việt đại học.
　 f) Cô kim sống ở đâu?
　　　Cô kim sống ở nhà trọ.
　 g) Nhà trọ thế nào?
　　　Nhà trọ rất sạch.
　 h) Cô kim có xe máy không?

Dạ không. Cô kim không có xe máy.
i) Cô ấy có cái gì?
　 Cô ấy chỉ có một xe đạp.
j) Cô kim có máy vi tính không?
　 Dạ có. Cô kim có môt máy vi tính.
k) Máy vi tíuh của cô ấy thế nào?
　 Máy vi tíuh của cô ấy rất tốt.

2. a) 남시는 한국사람이빈다. 그는 막 베트남에
　　　왔습니다.
　 b) 란양은 기자입니다. 그녀는 오토바이를 한
　　　대 가지고 있습니다.
　 c) 남 선생님은 선생님입니다. 그분은 책을
　　　읽습니다.
　 d) 이쪽은 란입니다. 그녀는 아주 예쁩니다.
　 e) 나와 남은 호찌밍시에 삽니다. 우리는 학
　　　생입니다.
　 f) 란양, 하양, 그리고 남씨는 나의 친구입니
　　　다. 그들은 매우 좋습니다.

4. a) 당신은 어디 삽니까?
　　　– 나는 하노이에서 삽니다.
　 b) 란양은 어디서 책을 삽니까?
　　　– 그녀는 서점에서 책을 삽니다.
　 c) 박씨는 어디서 음식을 삽니까?
　　　– 그는 시장에서 음식을 삽니다.
　 d) 당신은 어디서 밥을 먹습니까?
　　　– 나는 식당에서 밥을 먹습니다.
　 e) 김씨는 어디서 영화를 봅니까?
　　　– 그는 극장에서 영화를 봅니다.
　 f) 남 선생님은 어디서 베트남어를 가르칩니까?
　　　– 그 선생님은 대학에서 베트남어를 가르
　　　칩니다.
　 g) 그녀는 어디서 일합니까?
　　　– 그녀는 회사에서 일합니다.

5. a) 이것은 누구의 신문입니까?
　　　– 이것은 리씨의 신문입니다.
　 b) 저것은 누구의 TV입니까?
　　　– 저것은 나의 TV입니다.

c) 누구의 자전거입니까?

    – 란양의 자전거입니다.

d) 누구의 컴퓨터입니까?

    – 남씨의 컴퓨터입니다.

e) 님씨는 누구의 친구입니까?

    – 남씨는 링양의 친구입니다.

f) 누구의 음식입니까?

    – 박양의 음식입니다.

Bài đọc

질문을 만드시오.

a) 김양은 어디서 일합니까?

    김양은 회사에서 일합니다.

b) 그녀는 누구의 친구입니까?

    그녀는 빙씨의 친구입니다.

c) 김양은 방금 무엇을 공부했습니까?

    김양은 방금 베트남어를 공부했습니다.

d) 김양의 선생님은 누구입니까?

    김양의 선생님은 남선생님입니다.

e) 남선생님은 어디에서 베트남어를 가르칩니까?

    남선생님은 대학에서 베트남어를 가르칩니다.

f) 김양은 어디에서 삽니까?

    김양은 하숙집에서 삽니다.

g) 하숙집은 어떻습니까?

    하숙집은 매우 깨끗합니다.

h) 김양은 오토바이를 가지고 있습니까?

    아니요, 김양은 오토바이를 가지고 있지 않습니다.

i) 그녀는 무엇을 가지고 있습니까?

    그녀는 단지 자전거 한 대를 가지고 있습니다.

j) 김양은 컴퓨터를 가지고 있습니까?

    예, 김양은 컴퓨터 한 대를 가지고 있습니다.

k) 그녀의 컴퓨터는 어떻습니까?

    그녀의 컴퓨터는 매우 좋습니다.

2. a) quyển/ cuốn

b) quyển/ cuốn

c) đôi

d) cái

e) chai

f) cái

g) cái

h) con

i) cái

j) con

3. – 선풍기   – 소   – 새롭다

    – 웃옷   – 돼지   – 못생겼다

    – 바지   – 새   – 뚱뚱하다

    – 책가방   – 고양이   – 말랐다

4. Cái…

Cái áo này bình thường.

Cái…

Cái quạt máy kia mới.

Con…

Con gà này béo.

Đôi…

Đôi giầy này chật.

Chai…

Chai dầu gội đầu kia tốt.

Quyển/ Cuốn…

Quyển/ Cuốn từ điển này to.

Bánh/ Cục…

Bánh/ Cục xà phòng này thơm.

Cái…

Cái nón kia đẹp.

Cái…

Cái cặp sách này xấu.

Cái…

Cái quần kia rộng.

Bài đọc

질문을 만드시오

a) Chợ Bến Thành ở đâu?

b) ở đây có nhiều cái gì?

c) Người nước ngoài thường mua gì?

d) Họ cũng mua những thức ăn gì?

e) Cô Lee muốn mua gì?

f) Con gà này thế nào?

2. a) 나는 20권의 책을 가지고 있습니다.

b) 이것은 사전이 아닙니다.

c) 당신은 신발 두 켤레를 가지고 있죠?

d) 리양의 모자는 매우 아름답다.

e) 맥주 네 병 주세요.

f) 저것은 거울이죠?

g) 아니오, 저것은 빗입니다.

h) 개가 아주 예쁘구나!

i) 이 컴퓨터는 매우 오래됐다.

j) 나는 닭 두 마리를 사고 싶다.

4. 이 옷은 어떠니?

– 이 옷은 평범하다.

저 선풍기는 어떠니?

– 저 선풍기는 새것이다.

이 닭은 어떠니?

– 이 닭은 뚱뚱하다.

이 신발은 어떠니?

– 이 신발은 작다.

저 샴푸는 어떠니?

– 저 샴푸는 좋다.

이 사전은 어떠니?

– 이 사전은 크다.

이 비누는 어떠니?

– 이 비누는 향기롭다.

저 모자는 어떠니?

– 저 모자는 아름답다.

이 가방은 어떠니?

– 이 가방은 좋지 않다. (나쁘다, 보기 흉하
다, 아름답지 않다)

저 바지는 어떠니?

– 저 바지는 헐렁헐렁하다.

Bài đọc

질문을 만드시오.

a) 벤타잉 시장은 어디입니까?

– 벤타잉 시장은 호찌밍시 1군에 있습니다.

b) 여기에는 무엇이 많습니까?

– 여기에는 물건이 많습니다.

c) 외국인들은 보통 무엇을 삽니까?

– 외국인들은 보통 윗옷, 바지, 신발, 가방,
모자를 삽니다.

d) 그들은 또한 어떤 음식들을 삽니까?

– 그들은 또한 생선, 닭, 오리 같은 음식을
삽니다.

e) 리양은 무엇을 사기를 원합니까?

– 리양은 닭 한 마리를 사기를 원합니다.

f) 이 닭은 어떻습니까?

– 이 닭은 매우 쌉니다.

2. a) Anh ấy thức dậy lúc 7:15.

b) Anh ấy rửa mặt từ 7:15 đến 7:30.

c) Anh ấy học tiếng Việt từ 8:00 đến
11:30.

d) Anh ấy về nhà lúc 11:30.

e) Anh ấy ăn trưa lúc 12:00.

f) Anh ấy đến công ty lúc 2:00 chiều.

g) Anh ấy làm việc từ 2:00 chiều đến
6:00 chiều.

h) Anh ấy ăn tối lúc 6:00 chiều.

i) Anh ấy đi ngủ lúc 22:30.

3. a) Anh ấy ăn sáng lúc 7:30 sáng.

b) Anh ấy đi học tiếng Việt lúc 8:00
sáng.

c) Anh ấy nghỉ trưa lúc 1:00 trưa.

d) Anh ấy đến công ty lúc 2:00 chiều.

e) Anh ấy làm việc lúc 3:00 chiều.

f) Anh ấy ăn tối lúc 6:00 tối.

g) Anh Kim xem ti vi và đọc sách lúc
8:00 tối.

4. a) Tôi thường về nhà lúc 3:00 chiều.

   b) Hôm nay, tôi học tiếng Việt từ 9:00
   sáng.

   c) Buổi sáng, tôi thường thức dậy lúc
   7:00.

   d) Buổi tối, tôi thường không xem ti
   vi.

   e) Tôi thường đi ngủ lúc 11:00 tối.

   f) Tôi học tiếng Việt vào thứ hai, thứ
   tư và thứ sáu.

---

2. a) 김는 몇 시에 일어납니까?

   – 그는 7시 15분에 일어납니다.

   b) 김은 몇 시부터 몇 시까지 세수를 합니까?

   – 그는 7시 15분부터 7시 30분까지 세수
   를 합니다.

   c) 김은 몇 시부터 몇 시까지 베트남어를 공
   부합니까?

   – 그는 8시부터 11시 30분까지 베트남어
   를 공부합니다.

   d) 김은 몇 시에 집에 돌아옵니까?

   – 그는 11시 30분에 집에 돌아옵니다.

   e) 김은 몇 시에 점심을 먹습니까?

   – 그는 12시에 점심을 먹습니다.

   f) 김은 몇 시에 회사에 옵니까?

   – 그는 오후 2시에 회사에 옵니다.

   g) 김은 몇 시부터 몇 시까지 일을 합니까?

   – 그는 오후 2시부터 오후 6시까지 일을
   합니다.

   h) 김은 몇 시에 저녁을 먹습니까?

   – 그는 오후 6시에 저녁을 먹습니다.

   i) 김은 몇 시에 잡니까?

   – 그는 22시 30분에 잠자리에 듭니다.

3. a) 김은 아침 7시 30분에 무엇을 합니까?

   – 그는 아침 7시 30분에 아침을 먹습니다.

   b) 김은 아침 8시에 무엇을 합니까?

   – 그는 아침 8시에 베트남어를 공부하러
   갑니다.

   c) 김은 오후 1시에 무엇을 합니까?

   – 그는 오후 1시에 낮 휴식을 취합니다.

   d) 김은 오후 2시에 무엇을 합니까?

   – 그는 오후 2시에 회사에 옵니다.

   e) 김은 오후 3시에 무엇을 합니까?

   – 그는 오후 3시에 일을 합니다.

   f) 김은 밤 6시에 무엇을 합니까?

   – 그는 저녁 6시에 저녁을 먹습니다.

   g) 김은 밤 8시에 무엇을 합니까?

   – 김씨는 저녁 8시에 TV를 보고 책을 읽
   습니다.

4. a) 당신은 보통 몇 시에 집에 돌아옵니까?

   – 나는 보통 오후 3시에 집에 돌아옵니다.

   b) 오늘, 당신은 몇 시부터 베트남어를 공부
   합니까?

   – 오늘, 나는 아침 9시부터 베트남어를 공
   부합니다.

   c) 아침에 당신은 보통 몇 시에 일어납니까?

   – 아침에 나는 보통 7시에 일어납니다.

   d) 밤에 당신은 TV를 봅니까?

   – 밤에, 나는 보통 TV를 보지 않습니다.

   e) 당신은 보통 몇 시에 잡니까?

   – 나는 보통 밤 11시에 잡니다.

   f) 당신은 무슨 요일에 베트남어를 공부합니
   까?

   – 나는 월요일, 수요일, 금요일에 베트남
   어를 공부합니다.

1. a) Số điện thoại của chị ấy là⋯

   b) Số điện thoại của anh ấy là⋯

   c) Số điện thoại của thầy ấy là⋯

   d) Số điện thoại của cô ấy là⋯

2. – Cô ấy sống ở thành phố Hồ Chí

Minh.

– Địa chỉ của cô Lan là số 45 đường 3 tháng 2, quận 11.

– Số điện thoại của cô ấy là 866 4356.

– Số điện thoại di động của cô ấy là 0988 067 982.

– Cô ấy làm việc ở trường đại học.

– Cô ấy là thư ký.

– Văn phòng của cô ấy ở tầng 4.

– Cô ấy không có email.

3. a) Nhà thầy Tùng ở đâu?

Nhà thầy ấy ở số 14 Bùi Minh Trực, quận 8.

b) Văn phòng của thầy Tùng ở đâu?

Văn phòng của thầy ấy ở số 8 đường Sổ Vạn Hạnh, quận 10.

c) Thầy Tùng có điện thoại di động không?

Dạ có. Thầy ấy có điện thoại di động.

d) Điện thoại văn phòng của thầy Tùng là số mấy?

Số điện thoại văn phòng của thầy ấy là 872 5565.

e) Thầy Tùng dạy ở đâu?

Thầy ấy dạy ở khoa Đông Phương, trường đại học Ngoại ngữ thành phố Hồ Chí Minh.

f) Số fax của văn phòng thầy Tùng là số mấy?

Số fax của văn phòng thầy ấy là 84-4-868 6823.

g) Số điện thoại nhà của thầy Tùng là số mấy?

Số điện thoại nhà của thầy ấy là 855 7677.

h) Số điện thoại di động của thầy

Tùng là số mấy?

Số điện thoại di động của thầy ấy là 0905 435 532.

4. a) Anh có điện thoại không?

b) Địa chỉ của anh ở đâu?

c) Tên anh là gì?

d) Cô Lee là người Hàn Quốc phải không?

e) Tôi muốn mua một quyển từ điển.

f) Tiếng Việt gọi cái này là gì?

Bài đọc

질문에 답하시오.

a) Hiện nay, có nhiều người Việt Nam sử dụng điện thoại.

b) Điện thoại rất thuận tiện.

c) Trên đường, có nhiều trạm điện thoại công cộng.

d) Chúng ta có thể mua thẻ điện thoại ở bưu điện.

e) Một thẻ điện thoại là 50.000 đồng.

f) Từ Hàn Quốc, cô Lee gọi điện thoại cho anh Park.

g) Cô Lee phải nhấn số 84 — 8 — 800 0933.

---

1. a) 리양의 전화번호는 몇 번입니까?

– 그녀의 전화번호는 0980 546 732입니다.

b) 박씨의 전화번호는 몇 번입니까?

– 그의 전화번호는 879 9090입니다.

c) 남 선생님의 전화번호는 몇 번입니까?

– 그 선생님의 전화번호는 0957 823 481입니다.

d) 투양의 핸드폰은 몇 번입니까?

– 그녀의 핸드폰 번호는 0907 768 565 입니다.

2. – 란양은 어디 삽니까?

– 그녀는 호찌밍시에서 삽니다.

– 란양의 주소는 어디입니까?

– 란양의 주소는 11군 바 탕 하이 가(街) 45
번지입니다.

– 그녀의 전화번호는 몇 번입니까?

– 그녀의 전화번호는 866 4356입니다.

– 란양의 핸드폰은 몇 번입니까?

– 그녀의 핸드폰번호는 0988 067 982입니다.

– 란양은 어디에서 일합니까?

– 그녀는 대학에서 일합니다.

– 그녀는 무엇을 합니까?

– 그녀는 비서입니다.

– 그녀의 사무실은 몇 층에 있습니까?

– 그녀의 사무실은 4층에 있습니다.

– 란양은 이메일이 있습니까?

– 그녀는 이메일이 없습니다.

3. a) 뚱선생님의 집은 어디입니까?

그 선생님의 집은 8군 부이 밍 P. 14번지
입니다.

b) 뚱선생님의 사무실은 어디입니까?

그 선생님의 사무실은 10군 소 반 하잉 가
(街) 8번지입니다.

c) 뚱선생님은 핸드폰이 있습니까?

예, 그 선생님은 핸드폰을 가지고 있습니다.

d) 뚱선생님의 사무실 전화는 몇 번입니까?

그 선생님의 가무실 전화번호는 872
5565입니다.

e) 뚱선생님은 어디에서 가르칩니까?

그 선생님은 호찌밍시 외국어대학교 동방
학과에서 가르칩니다.

f) 뚱선생님의 fax번호는 몇 번입니까?

그 선생님의 fax번호는 84-8-868 6823
입니다.

g) 뚱선생님의 집전화번호는 몇 번입니까?

그 선생님의 집전화번호는 855 7677입니다.

h) 뚱선생님의 핸드폰번호는 몇 번입니까?

그 선생님의 핸드폰번호는 0905 435
532입니다.

4. a) 당신은 전화를 가지고 있습니까?

b) 당신의 주소는 어디입니까?

c) 당신의 이름은 무엇입니까?

d) 리양은 한국사람이죠?

e) 나는 사전 한 권을 사기를 원합니다.

f) 이것은 베트남어로 무엇입니까?

Bài đọc

질문을 만드시오.

a) 요즘, 많은 베트남 사람들이 전화를 사용
합니까?

요즘 많은 베트남사람들이 전화를 사용합
니다.

b) 전화는 어떻습니까?

– 전화는 매우 편리합니다.

c) 길에는 무엇이 있습니까?

– 길에는 공중전화가 많이 있습니다.

d) 우리는 어디에서 전화카드를 살 수 있습니까?

– 우리는 우체국에서 전화카드를 살 수 있
습니다.

e) 전화카드 한 장은 얼마입니까?

– 전화카드 한 장은 5만동입니다.

f) 한국에서 리양은 누구에게 전화를 겁니까?

– 한국에서 리양은 박씨에게 전화를 겁니다.

g) 리양은 몇 번능 눌러야 합니까?

– 리양은 84-8-800 0933번을 눌러야
합니다.

2. a) Tám trăm sáu mươi bảy.

b) Ba trăm hai mươi mốt.

c) Hai trăm lẻ (linh) hai.

d) Chín trăm năm mươi lăm.

e) Một ngàn (nghìn) không trăm mười
một.

f) Hai ngàn (nghìn) ba trăm hai mươi

mốt.

g) Bốn ngàn (nghìn) không trăm lẻ (linh) hai.

h) Năm ngàn (nghìn) năm trăm năm mươi lăm.

i) Bốn ngàn (nghìn) không trăm bốn mươi bảy.

j) Mười ngàn (nghìn) chín trăm chín mươi mốt.

3. a) 7342

b) 1566

c) 389

d) 505

e) 1015

f) 8455

4. a) Anh Bình nói tiếng Anh được không?

···, anh ấy không nói tiếng Anh được.

b) Ông Nam chơi bóng bàn được không?

···, ông ấy chơi bóng bàn được.

c) Anh sử dụng máy vi tính được không?

···, tôi sử dụng máy vi tính được.

d) Cô Lee chạy xe máy được không?

···, cô Lee không chạy xe máy được.

e) Anh Kim làm việc ở Việt Nam được không?

···, anh ấy làm việc ở Việt Nam được.

Bài đọc

a) Cô Park sống ở đâu?

Cô ấy sống ở Hà Nội.

b) Cô Park sống ở Hà Nội từ ngày mấy đến ngày mấy?

Cô ấy sống ở Hà Nội từ ngày mùng 1 đến ngày mùng 7.

c) Cô Park thuê mấy phòng ở khách sạn Hồ Tây?

Cô ấy thuê một phòng ở khách sạn Hồ Tây.

d) Giá một phòng đơn là bao nhiêu?

Giá một phòng đơn là 70.000 đồng một ngày.

e) Cô Park có chạy xe máy được không?

Cô ấy chạy xe máy được.

f) Cô Park thuê xe máy bao nhiêu tiền một ngày?

Cô ấy thuê xe máy 30.000 đồng một ngày.

g) Nhà cô Hong thế nào?

Nhà cô Hong rất đẹp.

h) Thành phố Hồ Chí Minh nóng hơn Hà Nội phải không?

Vâng, thành phố Hồ Chí Minh nóng hơn Hà Nội.

---

4. a) 빙씨는 영어를 할 수 있습니까?

아니요, 그는 영어를 못 합니다.

b) 남선생님은 탁구를 칠 수 있습니까?

예, 그 분은 탁구를 찰 수 있습니다.

c) 당신은 컴퓨터를 사용할 수 있습니까?

예, 나는 컴퓨터를 사용할 수 있습니다.

d) 리양은 오토바이를 운전할 수 있습니까?

리양은 오토바이를 운전할 수 없습니다.

e) 김씨는 베트남에서 일할 수 있습니까?

예, 그는 베트남에서 일할 수 있습니다.

Bài đọc

a) 박양은 어디에서 삽니까(머뭅니까)?

그녀는 하노이에서 삽니다(머물다).

b) 박양은 며칠부터 며칠까지 하노이에서 삽니까(머뭅니까)?

그녀는 1일부터 7일까지 하노이에서 삽니다(머뭅니다).

c) 박양은 호떠이 호텔에서 방 몇 개를 빌렸습니까?

그녀는 호떠이 호텔에서 방 한 개를 빌렸습니다.

d) 싱글룸 한 개는 얼마입니까?

싱글룸 한 개는 하루에 7만동입니다.

e) 박양은 오토바이를 운전할 수 있습니까?

그녀는 오토바이를 운전할 수 있습니다.

f) 박양은 하루에 얼마에 오토바이를 빌렸습니까?

그녀는 하루에 3만동에 오토바이를 빌렸습니다.

g) 홍양의 집은 어떻습니까?

홍양의 집은 매우 아름답습니다.

h) 호찌밍시는 하노이보다 덥죠?

예, 호찌밍시는 하노이보다 덥습니다.

9

1. a) …một cốc cà phê đen nóng.

   …kem ly không?

   …một cốc kem ly.

   …10 ngàn (nghìn).

   b) 5 ngàn (nghìn) một cốc ạ.

2. a) Xin đừng cho đá vào nước dừa.

   b) Xin đừng mở ti vi.

   c) Xin đừng đóng cửa.

   d) Xin đừng sử dụng máy vi tính.

3. a) Cô Lan cao bằng cô Lee (Cô Lan cao như cô Lee).

   b) Cà phê đen rẻ hơn cà phê đá.

   c) Cocacola đắt hơn Pepsi.

   d) Anh Park nặng nhất.

e) Từ điển Việt–Anh đắt hơn từ điển Việt–Hàn.

4. a) Chị Lan đẹp bằng (như) chị Kim.

   Chị Lan đẹp hơn chị Kim.

   Chi Lan đẹp nhất.

   b) Táo rẻ bằng (như) xoài.

   Táo rẻ hơn xoài.

   Táo rẻ nhất.

   c) Đôi giầy này mắc bằng (như) đôi giầy kia.

   Đôi giầy này mắc hơn đôi giầy kia.

   Đôi giầy này mắc nhất.

   d) Ngôi nhà này cao bằng (như) ngôi nhà kia.

   Ngôi nhà này cao hơn ngôi nhà kia.

   Ngôi nhà này cao nhất.

   e) Máy vi tính của tôi mới như máy vi tính của cô Linh.

   Máy vi tính của tôi mới hơn máy vi tính của cô Linh.

   Máy vi tính của tôi mới nhất.

   f) Cái quạt này cũ bằng (như) cái quạt kia.

   Cái quạt này cũ hơn cái quạt kia.

   Cái quạt này cũ nhất.

   g) Hà Nội lạnh bằng (như) Đà Lạt.

   Hà Nội lạnh hơn Đà Lạt.

   Hà Nội lạnh nhất.

   h) Thành phố Hồ Chí Minh nóng bằng (như) Đà Nẵng.

   Thành phố Hồ Chí Minh nóng hơn Đà Nẵng.

   Thành phố Hồ Chí Minh nóng nhất.

   i) Hôm nay vui bằng (như) hôm qua.

   Hôm nay vui hơn hôm qua.

   Hôm nay vui nhất.

   j) Bà Hà trẻ bằng (như) bà Phương.

Bà Hà trẻ hơn bà Phương.
Bà Hà trẻ nhất.

Bài đọc
위의 본문에 따라 질문을 만들고 답하시오.

  b) ······························.
     – Người Việt Nam thích uống cà phê.
  c) Người Việt Nam thích uống cà phê vào lúc nào?
     – Người Việt Nam thích uống cà phê vào buổi sáng.
  d) Tiệm cà phê ở thành phố Hồ Chí Minh có mấy loại?
     – Tiệm cà phê ở thành phố Hồ Chí Minh có 2 loại: tiệm cà phê bình dân và tiệm cà phê sang trọng.
  e) Tiệm cà phê bình dân giá rẻ không?
     Có, tiệm cà phê bình dân giá rẻ.
  f) Tiệm cà phê thường mở cửa lúc mấy giờ và đóng cửa lúc mấy giờ?
     Tiệm cà phê thường mở cửa lúc 6:00 sáng và đóng cửa lúc 10:00 tối.

1. a) 학생 1 : 뭐 드시겠습니까?
      학생 2 : 뜨거운 블랙커피 한 잔 주세요.
      학생 1 : 여기 아이스크림 있습니까?
      학생 2 : 아이스크림 한 컵 주세요.
      학생 1 : 여보세요, 계산이요!
      학생 2 : 모두 만 동입니다.
   b) 학생 1 : 아이스블랙커피 한 잔에 얼마입니까?
      학생 2 : 한 잔에 5000동입니다.
2. a) 코코넛쥬스에 얼음을 넣지 마세요.
   b) TV를 켜지 마세요.
   c) 문을 닫지 마세요.
   d) 컴퓨터를 사용하지 마세요.

3. a) 란양은 리양과 키가 같다.
   b) 블랙커피는 아이스커피보다 싸다.
   c) 코카콜라는 펩시보다 비싸다.
   d) 박씨는 가장 몸무게가 많이 나간다.
   e) 베–영 사전은 베–한 사전보다 비싸다.
4. a) 란양은 김양만큼 아름답다.
      란양은 김양보다 아름답다.
      란양은 가장 아름답다.
   b) 사과는 망고만큼 싸다.
      사과는 망고보다 싸다.
      사과는 가장 싸다.
   c) 이 신발은 저 신발만큼 비싸다.
      이 신발은 저 신발보다 비싸다.
      이 신발은 가장 비싸다.
   d) 이 집은 저 집만큼 높다.
      이 집은 저 집보다 높다.
      이 집은 가장 높다.
   e) 나의 컴퓨터는 링양의 컴퓨터만큼 새것이다.
      나의 컴퓨터는 링양의 컴퓨터보다 새것이다.
      나의 컴퓨터는 가장 새것이다.
   f) 이 선풍기는 저 선풍기만큼 오래됐다(낡았다).
      이 선풍기는 저 선풍기보다 오래됐다.
      이 선풍기는 가장 오래됐다.
   g) 하노이는 다랏만큼 춥다.
      하노이는 다랏보다 춥다.
      하노이는 가장 춥다.
   h) 호찌밍시는 다낭만큼 덥다.
      호찌밍시는 다낭보다 덥다.
      호찌밍시는 가장 덥다.
   i) 오늘은 어제만큼 즐겁다.
      오늘은 어제보다 즐겁다.
      오늘은 가장 즐겁다.
   j) 하 부인은 프엉 부인만큼 젊다.
      하 부인은 프엉 부인보다 젊다.
      하 부인은 가장 젊다.

Bài đọc

    a) 하노이와 호찌밍시에는 커피점이 많이 있
       습니까?
       – 예, 하노이와 호찌밍시에는 커피점이 많
         이 있습니다.
    b) 베트남사람은 무엇을 마시는 것을 좋아합
       니까?
       베트남사람은 커피 마시는 것을 좋아합니다.
    c) 베트남사람은 언제 커피 마시는 것을 좋아
       합니까?
       – 베트남사람은 아침에 커피 마시는 것을
         좋아합니다.
    d) 호찌밍시에 있는 커피점은 몇 가지 종류가
       있습니까?
       – 호찌밍시에 있는 커피점은 보통 커피점
         과 고급 커피점 이렇게 두 가지 종류가
         있습니다.
    e) 보통 커피점은 가격이 쌉니까?
       – 예, 보통 커피점은 가격이 쌉니다.
    f) 커피점은 보통 몇 시에 문을 열고 몇 시에
       문을 닫습니까?
       – 커피점은 보통 아침 6시에 문을 열고 밤
         10시에 문을 닫습니다.

1. b) chợ
   c) học
   d) ăn
   e) làm
   f) ngủ
   g) chơi
2. a) Chúng ta đi tiệm cà phê đi.
   b) Anh Park gửi thư cho cô Lee đi.
   c) Chị Hoa mua máy vi tính đi.
   d) Anh Bình chạy xe máy đi.
3. a) đọc

b) xem

c) uống

d) chạy, chạy

e) đi

f) học

g) chơi

h) nghe

i) mua/ nấu

j) dạy

k) viết

5. 1 789: một ngàn (nghìn) bảy trăm tám
   mươi chín
   9 760: chín ngàn (nghìn) bảy trăm sáu
   mươi
   88 880: tám mươi tám ngàn (nghìn)
   tám trăm tám mươi
   120 000: một trăm hai mươi ngàn
   (nghìn)
   225 000: hai trăm hai mươi năm ngàn
   (nghìn)
   1 105: một ngàn (nghìn) một trăm lẻ
   (linh) năm
   34 026: ba mươi bốn ngàn (nghìn)
   không trăm hai mươi sáu
   809 302: tám trăm lẻ (linh) chín ngàn
   (nghìn) ba trăm lẻ (linh) hai
   43 879: bốn mươi ba ngàn (nghìn) tám
   trăm bảy mươi chín
   19 566: mười chín ngàn (nghìn) năm
   trăm sáu mươi sáu
   54 675: năm mươi tư ngàn (nghìn) sáu
   trăm bảy mươi lăm
   320 000: ba trăm hai mươi ngàn
   (nghìn)
   500 000: năm trăm ngàn (nghìn)
   65 002: sáu mươi lăm ngàn (nghìn)
   không trăm lẻ (linh) hai

Bài đọc

질문에 답하시오

    a) Các tiệm ăn có rất nhiều ở thành phố Hồ Chí Minh và Hà Nội.

    b) Các tiệm ăn là những nơi bán thức ăn rẻ.

    c) Người Việt Nam có thói quen ăn sáng tại các quán ăn.

    d) Buổi sáng, người Việt Nam thường ăn phở, hủ tiếu.

    e) Buổi trưa, người Việt Nam thường ăn trưa ở các tiệm ăn.

    f) Buổi tối, các quán ăn bán bia và các thức ăn khác.

    g) Nhiều sinh viên ăn cơm ở những quán ăn bình dân.

    h) Mỗi bữa ăn tốn khoảng 5000 hoặc 6000 đồng.

1. a) 나는 5월 2일부터 10일까지 베트남으로 여행을 간다.
   b) 우리 어머니는 벤타잉 시장에 가신다.
   c) 리양은 아침 8시에 학교에 간다.
   d) 우리는 베트남 음식점으로 밥 먹으러 간다.
   e) 박씨는 8시 20분에 일하러 간다. 그는 8시 30분에 회사에 온다.
   f) 나는 보통 밤 11시 15분에 잔다.
   g) 우리 공원에 놀러가자!

2. a) 우리 커피점에 가자.
   b) 박군, 리양에게 편지를 보내세요.
   c) 호아양, 컴퓨터를 사세요.
   d) 빙씨, 오토바이를 운전하세요.

3. a) 나는 책을 읽고 있다.
   b) 호아양은 TV를 보고 있다.
   c) 빙씨는 커피를 마시고 있다.
   d) 우리는 오토바이를 타고 있고, 란양은 자동차를 타고 있다.
   e) 우리 엄마는 벤타잉 시장에 가고 있다.

    f) 우리는 베트남어를 공부하고 있다.
    g) 그들은 탁구를 치고 있다.
    h) 박씨는 음악을 듣고 있다.
    i) 리양은 음식을 사고 있다. / 요리를 하고 있다.
    j) 남 선생님은 베트남어를 가르치고 있다.
    k) 우리 아버지는 우리 어머니에게 편지를 쓰고 있다.

Bài đọc

질문에 답하시오.

    a) 어디에 식당이 많습니까?
       – 호찌밍시와 하노이시에는 식당들이 매우 많습니다.
    b) 식당은 무엇을 파는 곳입니까?
       – 식당은 저렴한 음식을 판매하는 곳입니다.
    c) 베트남사람들은 어떤 습과이 있습니까?
       – 베트남사람은 식당에서 아침을 먹는 습관이 있습니다.
    d) 아침에 베트남사람은 보통 무엇을 멋습니까?
       – 아침에 베트남사람은 보통 퍼(쌀국수)나 후띠에우를 먹습니다.
    e) 많은 베트남사람들은 어디에서 점심을 먹습니까?
       – 점심에 베트남사람은 보통 식당에서 점심을 먹습니다.
    f) 밤에 각 식당들은 무엇을 팝니까?
       – 밤에 각 식당은 맥주와 기타(다른) 음식들을 판매합니다.
    g) 학생들은 보통 어디에서 밥을 먹습니까?
       – 많은 학생들은 보통(평범한)식당에서 밥을 먹습니다.
    h) 매 식사는 약 얼마의 돈이 듭니까?
       – 매 식사에 5000 또는 6000동이 소비됩니다.

1. – 배
 – 씨클로(3개의 바퀴가 달린 자전거)
 – 걷다
 – 버스
 – 트럭

 ※ a) đi làm
 b) đi thành phố Hồ Chí Minh
 c) đi học
 d) đi chơi
 e) về nhà
 f) đi Hà Nội
 g) đi công tác

2. – 첫번째   – 다섯번째   – 아홉번째
 – 두번째   – 여섯번째   – 아홉번째
 – 세번째   – 일곱번째   – 열번째
 – 네번째   – 여덟번째   – 열한번째

3. a) 김군은 일학년학생이다.
 b) 이 사람은 나의 세 번째 애인이다.
 c) 이번에 나는 베트남에 네 번째로 왔다.
 d) 오늘은 나의 18번째 생일이다.

4. a) học tiếng Việt
 b) mua thức ăn
 c) du lịch
 d) học phải không?
 e) đi làm

5. a) Tôi bị mất tiền.
 b) Tôi bị nhức đầu.
 c) Tôi bị mẹ than phiền.
 d) Tôi bị kẹt xe.

Bài đọc
물음에 답하시오
 a) Xe ôm là xe máy chở khách.
 b) Hiện nay, giao thông ở thành phố

Hồ Chí Minh và Hà Nội rất phức tạp.
 c) Trên đường có nhiều xe buýt, xe taxi, xe xích lô…Đặc biệt là xe máy.
 d) Có nhiều con đường bị kẹt xe vì có nhiều xe máy.
 e) Người ta đi bằng xe ôm cho thuận tiện.
 f) Sinh viên nước ngoài thường đi học bằng xe ôm.

 ※ a) 홍양은 버스로 출근합니다.
 b) 나는 비행기로 호찌밍시에 갑니다.
 c) 란양은 자전거로 학교에 갑니다.
 d) 호 선생님은 오토바이로 놀러 갑니다.
 e) 우리는 택시로 집에 갑니다.
 f) 홍씨는 기차로 하노이에 갑니다.
 g) 내 친구는 자동차로 출장을 갑니다.

4. a) 나는 베트남어를 배우러 베트남에 갑니다.
 b) 우리 엄마는 음식을 사러 벤타잉 시장에 갑니다.
 c) 우리는 냐짱으로 여행갑니다.
 d) 오늘, 너희들 공부하러 학교에 왔지?
 e) 나는 출근하기 위해 자전거 한 대를 삽니다.

5. a) 나는 돈을 잃어버렸습니다. (또는 나는 돈을 다 썼습니다.)
 b) 나는 머리가 쑤십니다(아픕니다).
 c) 나는 엄마에게 꾸중을 들었다.
 d) 나는 교통체증에 걸렸다.

Bài đọc

a) 쎄옴은 어떤 차입니까?
 – 쎄옴은 손님을 실어 나르는 오토바이입니다.
b) 요즘, 호찌밍시와 하노이시의 교통은 어떻습니까?
 – 요즘, 호찌밍시와 하노이시의 교통은 매우 복잡합니다.

c) 길에는 어떤 차가 많습니까? 특히 어떤 차
입니까?

　– 길에는 버스, 택시, 시클로 등등이 많이
있습니다. 특히 오토바이가 많습니다.

d) 왜 많은 길이 교통체증에 걸립니까?

　– 오토바이가 많기 때문에 교통체증에 걸
리는 길이 많습니다.

e) 사람들은 왜 쎄옴으로 다닙니까?

　– 사람들은 편리함을 위해 쎄옴으로 다닙
니다.

f) 외국학생들은 보통 무엇을 타고 학교에 갑
니까?

　– 외국학생은 보통 쎄옴으로 학교에 갑니다.

1.　a) đi thẳng

　　b) rẽ phải

　　c) rẽ trái

2.　A:　…cho …

　　B:　…gì?

　　C:　…ở đâu?

　　A:　…đi thẳng …ngã tư …đi qua　…đi
thẳng　…bên trái.

　　B: Không có chi.

3.　a) rẽ trái

　　b) sẽ thấy văn phòng ở bên phải

　　c) đi học

　　d) đến

　　e) gặp anh Kim

4.　a) Khi nào cô lee đi Huế?

　　Ngày mùng 4 tháng 11, cô ấy sẽ đi
Huế.

　　b) Khi nào cô Lee đi Nha Trang?

　　Ngày mùng 7 tháng 11, cô Lee sẽ đi
Nha Trang.

　　c) Cô Lee có đi Đà Lạt không?

Có, cô ấy có đi Đà Lạt.

d) Khi nào cô Lee đi thành phố Hồ Chí
Minh?

Ngày mùng 9 tháng 11, cô ấy đi
thành phố Hồ Chí Minh.

e) Ngày 14 tháng 11, cô Lee đi tham
quan Củ Chi phải không?

Vâng, ngày 14 tháng 11, cô ấy đi
tham quan Củ Chi.

f) Khi nào cô Lee về Hàn Quốc?

Ngày 17 tháng 11, cô Lee đi về Hàn
Quốc.

5.　a) gì

　　b) này

　　c) kia

　　d) lạc đường

　　e) bận…lúc

　　f) người…tham quan

　　g) đi

　　h) đến

1.　a) 직진

　　b) 우회전

　　c) 좌회전

2.　A : 말씀 좀 여쭙겠습니다.

　　B : 예, 물어보세요.

　　A : 사이곤 병원이 어디입니까?

　　B : 첫번째 사거리까지 이 길을 쭉 가세요. 이
사거리를 지나서 계속해서 두 번째 사거
리까지 약 300미터를 직진하고 나서 우
회전하세요. 사이곤 병원은 왼쪽에 있습
니다.

　　A : 감사합니다.

　　B : 천만에요.

3.　a) 이 길로 삼거리까지 직진하고 나서 좌회전
하세요.

　　b) 엘리베이터로 6층까지 올라가면 오른쪽에
사무실이 보일 겁니다.

c) 우리 엄마가 집에 돌아오자마자 남동생은
학교에 갔다.

d) 내가 TV를 보고 있을 때 리씨가 왔다.

e) 우리 언니는 벤타잉 시장에 가는 길에 김
씨를 만났다.

4. a) 언제 리양은 후에에 갑니까?

11월 4일에 그녀는 후에에 갈 것입니다.

b) 언제 리양은 냐짱에 갑니까?

11월 7일에 리양은 냐짱에 갈 것입니다.

c) 리양은 다랏에 갑니까?

예, 그녀는 다랏에 갑니다.

d) 언제 리양은 호찌밍시에 갑니까?

11월 9일에 그녀는 호찌밍시에 갑니다.

e) 11월 14일에 리양은 꾸찌관광을 가지요?

예, 11월 14일에 그녀는 꾸찌관광을 갑니다.

f) 언제 리양은 한국에 돌아옵(갑)니까?

11월 17일에 리양은 한국에 돌아옵(갑)니다.

5. a) 당신은 무슨 음식을 먹고 싶습니까?

b) 나는 이 음식을 좋아하지 않습니다.

c) 내 자동차는 저기에 있습니다.

d) 나는 길을 잃었습니다. 말씀 좀 여쭙겠습
니다.

e) 나는 오늘 너무 바빠서 밤 7시에 집에 돌
아갈 수 없습니다.

f) 많은 외국인들이 꾸찌관광을 좋아합니다.

g) 왜 당신은 기차로 여행가기를 원합니까?

h) 언제 박씨는 하노이에 옵니까?

---

(13)

1. – 오늘　　　 – 어제　　　 – 이번주

– 내일　　　 – 그저께　　 – 지난주

– 모레　　　 – 요즘　　　 – 다음주

2. b) Hôm qua là thứ ba.

c) Hôm kia là thứ hai.

d) Ngày mai là thứ năm.

e) Ngày mốt là thứ sáu.

g) Hôm qua là ngày mùng 3 tháng 11.

h) Hôm kia là ngày mùng 2 tháng 11.

i) Ngày mai là ngày mùng 5 tháng 11.

j) Ngày mốt là ngày mùng 6 tháng 11.

k) Tuần sau thứ tư là ngày 11 tháng
11.

3. a) Tôi uống cà phê.

b) Tôi đi chơi.

c) Tôi biết tiếng Pháp.

d) Ông Nam là nhân viên.

e) Tôi thích xe hơi.

f) Tôi đến Việt Nam.

4. a) Chị đến Việt Nam khi nào?

b) Khi nào chị sẽ đến Việt Nam?

c) Anh gặp anh Park khi nào?

d) Các anh mua xe máy khi nào?

e) Khi nào chị đi Trung Quốc?

5. a) Tôi và cô Lee gọi điện thoại cho
nhau.

b) Anh Kim và anh Lee sống với nhau
ở kí túc xá.

c) Tôi và cô Lan hỏi nhau.

d) Tôi và cô Hoa thích nhau.

6. a) …tôi sẽ mua ô tô.

b) …tôi sẽ không nhấc máy.

c) …tôi không đi du lịch.

d) Nếu anh đến…

e) Nếu tôi đến Việt Nam…

7. a) Cô Lee hãy đi học.

b) Anh Park hãy mở máy lạnh.

c) Cô Lee hãy ăn phở.

d) Anh hãy mua xe máy.

---

2. a) 오늘은 수요일입니다.

b) 어제는 화요일이었습니다.

c) 그제는 월요일이었습니다.

d) 내일은 목요일입니다.

e) 모레는 금요일입니다.

f) 어제는 11월 3일이었습니다.

g) 그제는 11월 2일이었습니다.

h) 내일은 11월 5일입니다.

i) 모레는 11월 6일입니다.

j) 다음주 수요일은 11월 11일입니다.

3. a) 당신은 차를 마십니까, 커피를 마십니까?

    – 나는 커피를 마십니다.

  b) 당신은 학교에 갑니까, 놀러 갑니까?

    – 나는 놀러갑니다.

  c) 당신은 영어를 할 줄 압니까, 불어를 할 줄 압니까?

    – 나는 프랑스어를 압니다.

  d) 남 선생님은 사장입니까, 사원입니까?

    – 남 선생님은 회사원입니다.

  e) 당신은 자동차를 좋아합니까, 오토바이를 좋아합니까?

    – 나는 자동차를 좋아합니다.

  f) 당신은 종국에 갑니까, 베트남에 갑니까?

    – 나는 베트남에 갑니다.

4. a) 당신은 언제 베트남에 왔습니까?

    – 나는 어제 베트남에 왔습니다.

  b) 언제 당신은 베트남에 갈 것입니까?

    – 다음주에 나는 베트남에 갈 겁니다.

  c) 당신은 언제 박씨를 만났습니까?

    – 나는 그저께 박씨를 만났습니다.

  d) 당신들은 언제 오토바이를 샀습니까?

    – 우리는 지난주에 오토바이를 샀습니다.

  e) 언제 당신은 중국에 갑니까?

    – 내일 나는 중국에 갈 겁니다.

5. a) 나와 리양은 서로에게 전화를 겁니다.

  b) 김씨와 리씨는 기숙사에서 함께 삽니다.

  c) 나와 란양은 서로 묻습니다.

  d) 나와 호아양은 서로 좋아합니다.

6. a) 만약 돈이 있으면, 나는 자동차를 살 것이다.

  b) 만약 김이 나에게 전화를 걸면, 나는 전화를 받지 않을 것이다.

  c) 만약 비가 오면, 나는 여행을 가지 않겠다.

d) 만약 당신이 오면, 나는 매우 즐거울 것이다.

e) 만약 내가 베트남에 가면, 나는 베트남어를 공부할 것이다.

7. a) 오늘 리양은 학교에 안 간다.

    – 리양, 학교 가세요.

  b) 박씨는 에어컨 켜기를 원하지 않는다.

    – 박씨, 에어컨을 켜세요.

  c) 리양은 쌀국수를 먹고 싶어하지 않는다.

    – 리양, 쌀국수를 드세요.

  d) 나는 오토바이를 사지 않는다.

    – 오토바이를 사세요.

1. a) ···trước···

  b) Sau đó

  c) Sau khi

  d) Sau

  e) Trước đó

  f) Trước khi

  g) Sau

2. a) Chị

  b) Tiếng Việt

  c) Máy vi tính

  d) Bà

  e) Giao thông

3. a) Từ Hà Nội đến Seoul đi bằng máy bay mất 4 tiếng.

  b) Tôi ăn sáng mất 15 phút.

  c) Cô Lee viết thư cho cô Kang mất 30 phút.

  d) Cô Lan đi bộ về nhà mất 5 phút.

  e) Từ nhà cô Lee đến trường đại học mất 10 phút bằng xe máy.

  f) Từ Sài Gòn đến Củ Chi mất 2 tiếng.

4. a) ···mẹ không nấu cơm.

  b) ···tôi làm việc ở công ty Việt Nam.

c) ···tôi sống ở Hà Nội.

d) ···thích cô Lan.

e) ···tôi không đến nhà cô Lee được.

f) ···tôi bật máy lạnh.

---

1. a) 나는 오후 5시 이전에 집에 돌아갈 것이다.

   b) 다음은 2월이다.

   c) 베트남어를 배운 후에, 나는 한국으로 돌아갈 것이다.

   d) 가을 다음은 겨울이다.

   e) 나는 7시 30분에 학교에 간다. 그 전에 나는 아침을 먹는다.

   f) 탁구를 치기 전에, 나는 축구를 할 것이다.

   g) 1999년 이후부터 나는 서울에 살고 있다.

2. a) 당신은 즐겁습니까?

      – 예.

   b) 베트남어는 재미있습니까?

      – 아니오.

   c) 컴퓨터는 좋습니까?

      – 예.

   d) 할머니는 피곤합니까?

      – 아니.

   e) 교통인 편리합니까?

      – 아니오.

3. a) 하노이에서 서울까지 비행기로 얼마나 걸립니까?

      – 하노이에서 서울까지 비행기로 4시간 걸립니다.

   b) 당신은 아침밥 먹는 데 얼마나 걸립니까?

      – 나는 아침밥 먹는 데 15분 걸립니다.

   c) 리양은 강양에세 편지를 쓰는 데 얼마나 걸립니까?

      – 리양은 강양에게 편지를 쓰는 데 30분 걸립니다.

   d) 란양은 걸어서 집에 가는 데 얼마나 걸립니까?

      – 란양은 걸어서 집에 가는 데 5분 걸립니다.

   e) 리양 집에서 대학교까지 얼마나 멉니까?

      – 리양의 집에서 대학교까지 오토바이로 10분 걸립니다.

   f) 사이곤에서 꾸찌까지 얼마나 멉니까?

      – 사이곤에서 꾸찌까지 2시간 걸립니다.

4. a) 우리 엄마는 피곤해서 밥을 하지 않는다.

   b) 나는 베트남어를 잘 해서 베트남 회사에서 일한다.

   c) 나는 하노이를 좋아해서 하노이에서 산다.

   d) 란양이 호아양보다 예뻐서 란양을 좋아한다.

   e) 오늘 나는 너무 바빠서 리양 집에 갈 수 없다.

   f) 날씨가 너무 더워서 에어컨을 켰다.

1. a) Anh đã mua xe máy chưa?

   b) Chị đã ăn sáng chưa?

   c) Anh đã uống cà phê chưa?

   d) Cô đã thuê phòngở khách sạn chưa?

   e) Anh đã có vợ chưa?

   f) Bà đã uống thuốc chưa?

2. a) ···đã đi Việt Nam···

   b) ···đã mua ti vi···

   c) ···đã về nhà···

   d) ···đã đi công tác···

3. a) Dạ rồi. Tôi đã ăn cơm rồi.

   b) Dạ chưa. Vợ tôi chưa đến Việt Nam.

   c) Dạ vâng. Công ty của tôi mới thành lập.

   d) Dạ không. Tôi không phải là bác sĩ.

   e) Dạ vâng. Đây là xe hơi của Nhật Bản.

4. a) ···khác với nhiệt độ hôm qua.

   b) ···giống thức ăn Trung Quốc.

   c) ···giống người Mỹ.

   d) ···giống hôm qua.

5. b) Không được đi học trễ.

   c) Không được lái xe ẩu.

6. a) …được bao lâu rồi?

   …được 2 năm rồi.

   b) …được bao lâu rồi?

   …được 1 tháng rồi.

   c) …được bao lâu rồi?

   …được 30 năm rồi.

   d) …được bao lâu rồi?

   …được 2 ngày rồi.

7. a) …nằm ở Đông Nam Á.

   b) …có rất nhiều hàng hoá.

   c) …rộng nhất ở Hà Nội.

   d) …nói tiếng Việt giống người Việt Nam.

8. a) …cũng vậy.

   b) …cũng vậy.

   c) …cũng vậy.

   d) …cũng nghĩ như vậy.

---

1. a) 당신은 오토바이를 샀습니까?
   - 예, 나는 오토바이를 샀습니다.

   b) 당신은 아침을 먹었습니까?
   - 아니오, 나는 아직 아침을 안 먹었습니다.

   c) 당신은 커피를 마셨습니까?
   - 예, 나는 이미 커피를 마셨습니다.

   d) 당신은 호텔에 방을 얻었습니까?
   - 예, 나는 호텔에 방 하나를 얻었습니다.

   e) 당신은 부인이 있습니까(결혼했습니까)?
   - 아니오, 나는 아직 아내가 없습니다.

   f) 할머니, 약 드셨습니까?
   - 예, 약 먹었습니다.

2. a) 리양은 베트남에 갔었습니까?

   b) 빙씨는 TV를 샀습니까?

   c) 하이 선생님은 집에 돌아가셨습니까?

   d) 호아씨는 출장가셨습니까?

3. a) 밥 먹었습니까?
   - 예, 나는 밥을 먹었습니다.

   b) 당신의 부인은 베트남에 왔습니까?
   - 아니오, 나의 부인은 아직 베트남에 안 왔습니다.

c) 당신 회사는 막 설립되었습니까?
- 예, 우리 회사는 막 설립되었습니다.

d) 당신은 의사입니까?
- 아니오, 나는 의사가 아닙니다.

e) 이것은 일본 자동차입니까?
- 예, 이것은 일본 자동차입니다.

4. a) 오늘 기온은 어제 기온과 다르다.

   b) 베트남음식은 중국음식과 비슷하다.

   c) 란양은 미국사람처럼 영어를 (잘) 한다.

   d) 오늘은 어제처럼 춥다.

5. a) 담배 피우면 안 됩니다.

   b) 학교에 늦게 오면 안 됩니다.

   c) 부주의하게 운전해서는 안 됩니다.

6. a) 운전한 지 얼마나 됐습니까?
   - 운전을 할 줄 알게 된 지 2년 됐습니다.

   b) 리양은 서울에 산 지 얼마나 됐습니까?
   - 리양은 서울에 산 지 1달 됐습니다.

   c) 남 선생님은 베트남어를 가르친 지 얼마나 됐습니까?
   - 남 선생님은 베트남어를 가르친 지 30년 됐습니다.

   d) 이 오토바이를 빌린 지 얼마나 됐습니까?
   - 이 오토바이를 빌린 지 이틀 됐습니다.

7. a) 나는 베트남이 동남아에 있다고 들었습니다.

   b) 사람들은 벤타잉 시장에는 매우 많은 물건이 있다고 말합니다.

   c) 나는 호떠이가 하노이에서 가장 넓다고 들었습니다.

   d) 우리는 김씨가 베트남사람처럼 베트남어를 한다고 들었습니다.

8. a) 리씨는 커피를 좋아합니다. - 나도 그렇습니다.

   b) 박씨는 한국사람입니다. - 김양도 그렇습니다.

   c) 김씨에게 아이스커피 한 잔 주세요. - 저도 주세요.

   d) 사람들은 베트남 쌀국수가 매우 맛있다고 말한다.
   - 나도 그렇게 생각합니다.